गुपित

भयकथा संग्रह

प्रमोद खोत

ISBN 979-888546516-8

हा कथा संग्रह मी "रामचंद्र खोत" माझे आजोबा यांना अर्पण करतो.

अनुक्रमणिका

प्रस्तावना

लहान होतो तेव्हा पासून भय कथा ऐकण्याची सवय लागली होती . माझे आजोबा-आजी यांच्या कडून नेहमीच आम्ही कथा ऐकत होतो . त्याच्या मुळेच मी एवढं कप्लना करू शकतो आणि तेमी लिहू शकतो , या संग्रह मध्ये भयानक अश्या कथा आहेत . ज्याचा नक्कीच तुम्हाला तुमची कप्लना शक्ती वाढण्या साठी उपयोग होईल .

या कथा संग्रह मध्ये ज्या कथा आहेत सगळ्या काल्पनिक आहेत , या मध्ये सांगितलेली स्थळे ,व्यक्ती , काल्पनिक आहेत .

ऋणनिर्देश, पावती

मी माझे आई -वडील,निलम माझी बायको,आजोबा -आजी ,मित्र . या सर्वांनी माझ्या कथा लिहून पब्लिश करण्यासाठी मला प्रोत्साहन देल . त्यामुळेच हे शक्य होऊ शकलं .

नांदी, प्रस्तावना

या कथा संग्रह मध्ये ज्या कथा आहेत सगळ्या काल्पनिक आहेत , या मध्ये सांगितलेली स्थळे ,व्यक्ती , काल्पनिक आहेत .

1

"खजिना भाग १"

तात्या .. .. तात्या आहेत काय वहिनी ? कोण हाय ? मी म्हादा.. तात्या कुठं आहेत ? आहेत थांब वरती कायतर शोधत बसल्यात ,अहो ! ऐकल का म्हादा आलाय काय म्हणतोय बघा .

हा आलो आलो ,तात्या लक्ष्मी बाई वरती यायच्या आधीच गडबडीत उघडी पेटी बंद करत उठून खाली आले, कार... म्हादा काय झालं सकाळी सकाळी आला आहेस .सगळं ठीक आहे नव्ह ,काय सांगू तात्या .. बापा ला आणि ताप भरलाय रात्रीच्यान म्हणून डाक्टर आहे का बोलवाया आलोय ,आणि थोडं पैशे पण पाहिजे होत .

बरं . बस इथं केरू घेऊन येल डाक्टर, ला तू बस थोडा वेळ शांत हो होईल सगळं ठीक . तात्या पैशे काढायला आत जातात .

म्हादा तात्या च्या शेतात ला गडी ,तो त्याची बायको आणि दोन मुलं व बाप. अशी तात्या च्या शेता वरच्या घरात राहत होतीत . तात्या च शेत तस खूप होत २०एकर . म्हादा च शेताचं सगळं बगत होता .

तात्या ला एक मुलगा (रावसाहेब)त्याच लगीन झालेलं त्याला एक मुलगा होता(शिवा ,१०वीत शिकत होता),तात्या ची गावात खूप इज्जत होती लोक आदर करत होते . तात्या हि सगळ्यांशी मिळून मिसळून वागत. गावात एक खूप जुन शिव मंदिर होत व गावा शेजारून मोठी नदी वाहत होती . त्या मंदिरात दर वर्षी महाशिवरात्री ला पूजा असायची व पूजेचा मान तात्या च्या घरात असायचा . तात्या च घर गावाच्या वेशीला थोडं लांब होत पण शिव मंदिर दिसत होत . तात्या च्या गळ्यात एक सोन्याची चेन होती व त्यात त्रिशूल होत . तात्या गळ्यातलं कधीच कुठं काढत नव्हते . व त्याविषयी कुणाशी बोलत हि नव्हते . लक्ष्मीबाई नि तर विचारायचं सोडून दिल होत.

तात्या पैशे घेऊन आले आणि शेतातील खत पाणी विचारु लागले . व्हय तात्या आहे नेट सगळं म्हादा सांगत होता . हे घे पैशे ईल केरू डाक्टर घेऊन .हा आला बग . डाक्टर आणि म्हादा , तात्या लगेचच शेतात गेले . डाक्टर न इंजेकशन केलं गोळ्या दिल्या आणि गेले . काही दिवस गेले तरी पण काही ताप कमी यायचं नाव दिसेना . तात्या एकदिवस जाऊन बघून आले . लक्ष्मीबाई नि विचारलं आहे का व बर ? तर तात्या च ऐक नाय तात्या कोणत्या तरी विचारात मग्न होते . नंतर भानावरती येऊन बरंच म्हणायच असं म्हणत बाहेर जाऊन बसले . थोड्याच दिवसात केरू सकाळी सकाळी सांगत आला म्हादा चा बाप गेला .

तस तात्या ताइकन उठून बाहेर आलं गळ्यातलं चेन ला हात लावत . मळ्यात जाऊन तात्या म्हादा ला सांत्वन करून आले सर्वकार्यक्रम झाले

पण आता तात्या चा स्वभाव बदल्या सारखा वाटत होता . कारण मात्र कोणालाच समजत नव्हतं . एके दिवशी तात्या अंघोळ करून झाल्यावर गळ्यातली चैन अंघोळीच्या ठिकाणी विसरले, जेव्हा त्यांच्या लक्ष्यात आलं तेव्हा दुपार झाली होती . तात्या खूपच बैचेन होऊन शोधा शोध करत होते. सर्व घर शोधून काढलं अंघोळीची जागा तर पूर्ण ५ वेळ बघून आले नीट . पण तरी काय सापडली नाय .तात्या आता गप्प बसून देवाचं नाव घेत बसले .अशी कशी माझ्या हातून चूक झाली आता तूच काहीतरी कर . तेवढ्यात शाळेत गेलेला शिवा आला. तात्या एक मिनिट न विचार करता त्याच्या जवळ गेले व त्याचा शर्ट उतरवला तर त्याच्या गळ्यात ती चैन व त्रिशूल सोबत होती .आता तात्या गप्प झाले .शिवा वरती चिडून सांगायचं तर चैन घेतली आहेस म्हणत ओरडत चैन काढून घेऊन शिवा ला आत मध्ये जाऊ दिल .

तात्या च्या शेतात म्हादा चा बाप पण काम करत असे .जेव्हा तात्या चा बाप सगळं बगत होता .तेव्हा तात्या च्या बापा न तात्या व म्हादा च्या बापा ला अशी ऐक गोष्ट सांगितली होती कि दोघांना एकमेकांच्या साथीनं ती गोष्ट करायला लागली तरी करायची होती. पण आता मात्र म्हादा चा बाप गेल्या पासून तात्या सतत विचारात असायचे . असच दिवस जात होते .

पावसाळा सुरु होणार होता . गावात पाऊस खूप यायचा म्हणून आधीच सगळे लोक सर्व तयारी करायचेत . धान्य ,जळण ,लागणारी वस्तू आधीच सगळी तडजोड करून ठेवायचीत . असा पाऊस पडायचा कि बाहेर गावी संपर्क करता येत नव्हता . बगता बगता पाऊस सुरु झाला . थोडे दिवस गेले कमी जास्त कमी जास्त येऊ लागला .पण काही दिवसात असा काय सुरु झाला सगळीकडं पाणी पाणी करू लागला . धरणातून पण पाणी सोडण्यात येऊ लागलं हळू हळू पूर परिस्तिथी

निर्माण होऊ लागली.. लोक गाव सोडून जायचा विचार करू लागली . एके रात्री खूपच पाणी वाढणार अशी बातमी गावात पसरली तशी लोक आवश्यक वस्तू घेऊन बायका -मुला सोबत गाव सोडू लागले. सगळा संसार तसाच सोडून आता प्रत्येक घरातली लोक हाच विचार करत होती सोडलं पाहिजे गाव . धान्य असून आता ते वाया जाणार होत.पुराच्या पाण्या मूळ आणि एवढ्या कमी वेळात ते कुठं हलवता पण येणार नव्हतं . सगळं गाव रिकामं झालं . तरी पाणी कमी यायचं नाव घेईना शेवटी तात्या नि पण घर सोडलं वरच्या खोलीतली पेटी घेऊन घरातल्यान तात्यांनी आधीच पाहुन्या कडे सोडलं होत .

थोडे दिवस पाऊस कमी येऊ पर्यंत सगळं गाव पाण्यानं भरलं होत लोकांची घरं पाण्याखाली जाऊन नुकसान झालेलं होत .जनावरे मेली होती सगळी शेतीतही नासधूस झाली होती . २०-२५ दिवसाच्या पुरा मुले अख्या गावाला तडाखा बसला होता . कोणाकडेच खाण्या जोग धान्य नव्हतं आता . हळू हळू गावात लोक येऊ लागले .

तात्या च्या वरच्या खोलीत जेवढं धान्य ठेवलं होत तेवढंच आता गावात चांगलं धान्य शिल्लक होत. ते पण सगळ्यांना वाटून दोन दिवसात संपलं .

आता तात्या गळ्यातलया चेन वर हात धरून विचार करत बसले हीच तर वेळ नाही ना हि जे माझ्या बाप ने मला सांगितलेल उपयोगात आणायची. पण आणखी एक प्रश्न होता हे सगळं एकटं कस करायचं म्हादा चा बाप पण वारला होता . आणि म्हादा ला हि गोष्ट सांगू कि नको असं वाटत होत ,तरीही दोघे जण हि काम करू असं तात्या ला वाटत नव्हतं .आणखी कोण तर पाहिजे सोबत असं तात्या च्या मनात यायचं पण आणखी कोण आता .कारण गुप्तता ठेवण्याची गरज होती ,म्हादा वरती तर पूर्ण विश्वास आहेच .मग आणखी कोण विचार करत रात्र घालवली तात्या नि आणि सकाळी उठल्यावर ठरवल शिवा ला घ्यायचं सोबत त्या शिवाय तात्या ना पर्याय दिसत नव्हता .

मनाशी पक्के करून तात्या नि स्वतःच आवरून म्हादा ला बोलवायला केरू ला लावून दिल मळ्यात. म्हादा पण आला लगेच . शिवा पण आवरून तयार होत होता .तात्या नि दोघांना वरच्या खोली मध्ये जाऊन बसायला सांगितल. दोघांना पण काहीच समजत नव्हतं तात्या नि खाली वाकून पेटी बाहेर काढली . आणि मोठा श्वास घेत म्हंटले मी जे सांगतो आहे ते नीट ऐका या पेटी मध्ये एक नकाशा आहे तो नकाशा आपल्या ला खजिना पर्यंत घेऊन जाईल.

तोच शिवा बोलयला लागला तात्या असं कुठला खजिना आहे .आपली गावात एवढ्या दिवसा मध्ये का कोणी नाही काढला? तात्या नि सांगितलं हा खजिना

म्हणजे आपल्या पूर्व पिढयांनी साठवलेली संपत्ती आहे . मी तुम्हाला दोघां सोबत का सांगतोय तर .

म्हादा चा बाप आणि मला हि सगळी माहिती माज्य बापा न जेव्हा मरताना आम्हा दोघांना सांगितली त्यामुळं मला पण विश्वासातले दोन जण पाहिजे होते .

बरं तात्या सगळं ठीक आहे पण नक्की गोष्ट काय आहे .

आता या पाऊसाने सगळीकडं कशी वाट लावली तुम्ही बघितली किती लोक मेले ,जनावरे मेलीत ,लोकांची घरे पडलीत,एवढं नुकसान कधीच झालं नव्हतं . आणि आता आपल्याकडं सावरायला पण काय उरलेलं नाही कि जेणे करून आपण यातून लगेच बाहेर पडू . मला माझ्या बापा न म्हणजे आप्पा नि जी गोष्ट सांगितली ती सांगतो . गावात कधी किंवा आपल्या घरावर्ती कधी तर संकट आलं म्हणजे खायला, जगायला आपल्याकडं काही नाही अशी परिस्थिती निर्माण झाली ,तर आपल्याला शेवट पर्याय म्हणून या पेटी चा उपयोग करायचा . पण त्याला अटी आहेत हा खजिना कोणीहि सहज काढू नाही शकणार .

एक म्हणजे आपल्या घरातील तो व्यक्ती असावा ,दोन म्हणजे मनुष्य बळी दिल्या बिगर खजिना बाहेर नाही काढता येणार .

आता मात्र शिवा व म्हादा ला घाम फुटला मनुष्य बळी एकूण . तात्या खजिन्या साठी मनुष्य बळी द्याचा ? तात्या हो म्हंटले तात्या चा हा चेहरा कोणी बघितलाच नव्हता .शिव ला तर विश्वास बसेना कि हे तात्या च आहेत का .?

आणखी एक गोष्ट खजिना उघडायची चावी हि माझ्या जवळच आहे .हे एकताच शिवा बोलला बघू ! तोच तात्या नि गळ्यातली चैन बाहेर काढून त्यातल्या त्रिशूल ला हातात धरून सांगितले हीच ती चावी .शिवा म्हंटला म्हणजे मी एक दिवस शाळेत खजिन्याची चावी घेऊन गेल्तो त्याला धक्का बसला . सगळ्याच गोष्टी धक्का देणाऱ्या होत्या .तात्या चा स्वभाव पण बदलला होता .

परत सगळे मेन मुद्या वरती आले कस काय काय करयचा मनुष्य बळी म्हजे नक्की कुणाचा असं खूप डोकयात कल्लोळ माजला होता शिवा व म्हादा च्या.

मनुष्य बळी म्हणजे लहान मुल जरी असेल तरी चालेल . म्हादा व शिवा या प्रकाराला तयार होईनात तात्या त्यांना समजाऊ लागले आपण हा खजिना आपल्या स्वार्था साठी नाही काढत आहे . संपूर्ण गावाला या आलेल्या संकटातून बाहेर काढण्यासाठी आपण हा पर्याय निवडला आहे .पण तात्या एखादया चा जीव घेऊन संपत्ती मिळवणं हा कुठला शहाणपणा ?असं म्हादा बोलला . तुमचं सगळं पटतंय रे मला पण दुसरा कोणता पर्याय आहे का तुमच्याकडं ?असं तात्या विचारताच दोघे पण गप्प झाले .कारण आता तरी दुसरा पर्याय कोणताच नव्हता

एवढी भीषण आवस्था आता होती शेवटी सगळे जण मान्य झाले . पण नक्की काय करयचा ठरलं नव्हतं , तात्या बोलू लागले. आता आपल्याला गावातील एक कोण तर असा व्यक्ती शोधायचा आहे जायचा आपल्याला बळी द्यायचा आहे. म्हादा म्हणला लहान मूल असेल तर चालेल का ?

तात्या होकार देत म्हंटले हो चालेल .पण काळजी पूर्वक काम करायला लागणार आहे इथून पुढं .ठरलं आता शिवा व म्हादा गावात बळी द्यायला व्यक्ती शोधत होते ,काहीतरी कारण काढून कुणाच्या घरातली घाण काढायच कारण काढून . असच सहज जाऊन फेरफटका मारत फिरत होते .शेवटी २-३ दिवस नंतर त्याना एक लहान मुलगा दिसला त्याला दोन भाऊ होत. गरीब घरातला होता तो . यांनी असं ठरवलं कि यालाच आपण उचलायचं आणि यांच्या घरच्याना यातील मोठीं रक्कम द्यायची .हि बातमी घेऊन ते तात्या जवळ आले. तात्या बोलले रात्री जाऊन उचलून आणून आपल्या अडगळीच्या खोली मध्ये आणून ठेवा .आणि खायचं प्याच सगळं नियोजन करून घ्या . गावात दंगा झाला कुठं तर तुमी शोधायला बाहेर जा . तात्या चा स्वभाव चांगला होता त्यामुळं तात्या असं काय करतील किंवा तात्या च्या घरात झडती घायची डोकयात नाही येणार कुणाच्या .तात्या ना माहित होत हे . ठरल्या प्रमाण रात्री म्हादान जाऊन उचलून आणलं मुलाला आणि ठरलेल्या ठिकाणी ठेवलं .आणि सकाळी गावात आरडा ओरड सुरु झाली . सदा चा मुलगा रात्री उचलून नेला म्हणून . बातमी कळताच तात्या यातलं काही माहित नसल्यागत गावात जाऊन सगळी चौकशी करू लागले. आणि गावातील लोकांचे समूह बनवून शोधायला पाठून दिले . चारी बाजूला चार समूह .तात्या म्हंटले होते तस कुणाला हि तात्या वरती संशय आला नव्हता .तात्या आता अमावस्या ची वाट बगत होते दोन दिवस कस तर आता शोध शोध करायची नाटकी चालू ठेवायची होती .आणि एकदा खजिना सापडला कि त्याच्या सोबत गावाबाहेर मृतदेह ठेवायचा असं तात्या नि ठरवलं होत .

अमावस्या चा दिवस उजाडला तात्या म्हादा ,शिवा . वरच्या खोली मध्ये जाऊन बसले. तात्या नि त्या मुलाची विचारपूस केली . आहे का ठीक ?वगैरे नंतर मुद्यावरती आले .आज रात्री १२ ला आपल्याला खजिना बाहेर काढायला पाहिजे .म्हणजे आजच आपल्याला बळी पण द्याला पाहिजे .तात्या नि ठीक ११:३० ला रात्री मुलाला शिव मंदिराच्या गुप्त दरवाज्यच्या तिथं घेऊन यायला सांगितले .पण शिवा किंवा म्हादा ला नव्हे गावात कुणालाच मंदिराला गुप्त दरवाजा आहे हे माहित नव्हते .तात्या आज दर्शनाला जायचं म्हणून त्या दोघांना पण घेऊन गेले . आणि गाभाऱ्यात जाऊन मूर्ती च्या मागील भिंतीत असेलेला गुप्त दरवाजा त्या

दोघांना दाऊन ठेवला . आज दिवसभर तीघे पण खूप भीती मध्ये होते कायतर वेगळंच घडलं तर काय करायचं ?अशी भीती प्रत्येकाच्या मनात होती पण आता ठरलेलं सगळं करायला तर लागणार होतच . वेळ जवळ येल तसा पोटात गोळे येत होते तिघांच्या पण .पण कुणाला काय सांगू शकत नव्हते आलेलं संकट दूर करायचं असेल तर कुणाला तर हे करायला लागणार होते .

तात्या रात्री मंदिरा त गेले आणि पुजा केली . थोडयाच वेळात म्हादा व शिवा त्या मुलाला घेऊन आले . गुप्त दरवाज्या तून आत जाऊन अंधार असल्यामुळे काहीच दिसत नव्हते तात्या नि एक दिवा लावून घेऊन आत आले .

खड्डा काढायचा आधी बळी द्यायचा होता . आता तात्या च्या मनात एकच भीती आणि डोकयात विचार चालू होते एखाद्याचा जीव घेऊन खजिना शोधन बरोबर आहे का ?. आणि जर खजिना नाहीच सापडला तर ..... तात्या नि त्यातच असं ठरवलं कि म्हादा व शिवा ला बाहेर काढून स्वतःच काय होईल ते करू असं ठरवलं

तस सांगितलं पण ते दोघे काहीही ऐकायला तयार होईनात तरीपण तात्यांनी त्यांना बाहेरकाढलंच . आणि त्या मुलाला पण वरती बसवलं आणि गळ्यातली चैन काढून

त्या त्रिशुलाची पूजा केली आणि डोळे झाकून काहीतरी पुटपुटले आणि कुदळ घेऊन खणायला सुरवात केली. अजून तर काही उपशकून घडलं नव्हतं भीती वाढत चालली होती तिकडं म्हादा आणि शिवा पण नक्की झालं काय ?या विचारत पडलेले .तिकडं तात्या नि आता खड्डा काढून आता एक पेटी वरती काढली होती . आणि उघडायचा आधी तात्यांनी प्रार्थना केली आणि गळ्यातील त्रिशूल त्या वेगळया प्रकारच्या कुलुपात घालून उघडली तर त्यात्या सोन्याच्या मोहरा दिसली . तात्या नि परत बंद करून बाहेर काढली .व काढलेला खड्डा परत मुजवला आणि त्या मुलाला घेऊन बाहेर आले . व त्याना असं लक्षात आलं कि

बळी द्याला लागतोय हे एक भीती घालून ठेवलेली जेणेकरून करून आपल्या स्वार्था साठी याचा उपयोग कोणी करायला नको . पण तात्या देवाचे आभार मानत होते कि माझ्या हातून आज निष्पाप जीवाचा बळी गेला असता . तात्यांनी शेवटच्या वेळात जो त्या गळ्यातील त्रिशूला वरती विश्वास ठेऊन ,स्वतःचा जीव गेला तरी चालेल पण दुसरयाला त्रास नाय द्याचा हा स्वभाव तात्याचा दिसून आला. आता इथं काय काय झालं . हे एकायला म्हादा व शिवा आतुर झालेले . पण तात्यांनी त्यांना काहीही सांगण्यास नकार दिला ,अजून खजिना आहे का संपला याच उत्तर तात्या नाच माहित होत . या खजिन्या तुन गावात आलेलं संकट दूर

झाल खरे ! आणि पुढं काय वाढून ठेवलंय या विचारात तात्या मग्न झाले.

2

"खजिना भाग २"

आता गावात पहिल्या सारखं सगळं झालं होत , पण गावात आता चर्चा चालू होत्या खजिना आला कुठून? , गावातल्या पारावर चर्चा अशीच चालू होती . तात्या नि शोधून काढला कि ?तात्या ना सापडला खजिना? ,जर शोधून काढला असेल तर त्यांना आधीच माहित असायला पाहिजे ,खजिना कुठं आहे? आणि त्यानी गावावरती संकट आलं तेव्हाच काढला ,आणि जर सापडला असेल तर तात्या नाच कसा काय सापडला ?इतर लोक पण मंदिरात जातात आणि त्याच रात्री तात्या कसे काय मंदिरात गेले ?.असं प्रत्येक जण आपलं मत मांडत होते .

शिरपाआण्णा हे त्या सगळ्यात वयस्कर व्यक्ती, ते तर म्हणतच होते तात्या ला आधीच सगळं माहित होत खजिन्या बध्दल ,आणि तो असं सांगत होता कि अजून खजिना असणार आहे . पण तो कुठं आहे हे त्या तात्यालाच माहित . आणखी एक म्हणजे एवढं सगळं तात्या एकटा करू शकत नाही . त्याच्या सोबत आणखी कोण तर असणार आहे . असं शिरपाआण्णा पारावरच्या बसलेल्या तरुण, रोज त्याच्या सोबत बसायला उठायला असलेल्या लोकांना सांगत होता .

गावात शेती हा मुख्य व्यवसाय असल्यामुळ दिवसभर शेतात काम करून रात्री दूध घालून डेरी मध्ये तिथंच पारावर जाम भूक लागूपर्यंत ,कधी कधी तर घरातून कोणतरी बोलवायला आल्या शिवाय उठायचं होत नसायचं . पारावरच्या एक अघोषित नियम होता आज जी व्यक्ती नसेल त्याची माप काढली जायची . म्हणजे समोर कितीही कोणीही गोड बोलत असलं तरी प्रत्येकाला माहित होत आपण आता जशी एकादयाची माप काढतोय तशीच आपण नसल्यावरही आपली माप निघत असणार आहेत . अश्या या पारावरती आता सगळ्यांचा एकच विषय असायचा! "खजिना संपला कि अजून शिल्लक आहे? " कि "तात्या न काढून

स्वतःसाठी ठेवलाय? "

तात्या च्या घरात पण आता त्याची सून ,मुलगा याच विषयी बोलत असायचीत . लक्ष्मीबाई तात्या ना आता सारखं खजिना सापडला कि तुम्हाला आधीच माहित होत ?असं विचारून तात्यांना भंडावून सोडत होत्या. पण तात्या तो विषय निघाला कि बोलायचं बंद करत, आणि उठतं . त्यामुळ खजिण्याचं गूढ कोणालाच समजत नव्हतं . शिवा च्या डोकयात पण एकच विषय चालू होता ,बळी दयायचा होता ! तो न देता खजिना काढला खरे पण म तात्यांनी खोटे सांगून आधी बळी दयायला लागतो असं का सांगितलं असेल ?.आणि खजिना एवढाच होता कि अजून शिल्लक आहे ?तात्यांनी ते का नाही सांगितलं काही? . शिवा न पण एकदोनदा विचारण्याचा प्रयन्त केला, पण तात्यांनी त्या वरती बोलणं टाळले . आणखी एक म्हणजे तात्याच्या गळ्यात आता नुसती चैन असायची त्यातलं त्रिशूल आता तात्या घालत नव्हते ,शिवाच्या पण हे आता लक्ष्यात आलं होत .

तात्यांना वाटू लागले आपण खजिना काढला खरे, पण आता लोक अजून खजिना आहे कि नाही यावरतीच जास्त उत्सुक आहेत .आलेलं संकट दूर करण्यासाठी मी हा पर्याय निवडला खरे, पण आता इथून पुढे काय? हा मोठा प्रश्न होता ! . खजिना आहे कि नाही ?आणि असलातरी त्याची चावी कुठं आहे? हे फक्त तात्या ना माहित होत . आणि तात्यांची कसलीच इच्छा नव्हती ,कुणाशीच या विषयावरती बोलण्याची . तात्यांनी जरी सगळ्या गोष्टी खजिन्या बद्धल च्या शिवा व म्हादा ला सांगितल्या असल्या तरी बळी नाही दिला तर काय परिणाम होणार आहेत हे नव्हतं सांगितलं आणि तात्यांना पण त्याच गोष्टीची आता हुरहूर लागली होती आप्पा (तात्या चा वडील) नि तर खोटे नसेल सांगितलं . कारण आप्पा नि असं सांगितलं होत खजिन्याचे रखवालदार आहेत त्यांना त्यांचं काम माहित आहे . का असे असेल ? गावरच संकट बघून मी त्यातून बचावलो या सगळ्या विचारांनी तात्यांच डोकं खायला सुरु केलेलं .

गावकऱ्यांना आता खजिन्याची लालसा लागल्या सारखं झालेलं ,कुठून तर कायतर खबर मिळत्या का याच विचारात प्रत्येकजण वावरत असे . बऱ्याच लोकांची तात्यांची विचारपूस करण्याच्या बहाण्याने तात्याच्या घरी ये जा चालू होती . तात्यांना पण माहित होत लोक आता कश्यासाठी येरझाऱ्या घालत आहेत यातून नक्कीच कायतर वेगळं घडणार असं तात्यांना वाटू लागलं .

तिकडं शिरपा आण्णा त्याची मित्र मंडळीतील बाळू , नाम्या ,आणि वस्ताद . यांना घेऊन आपणच आता या गोष्टीचा छडा लावायचा असं बोलणं त्यांचं चालू असायचं पण नेमकं सुरवात कुठून करायची हेच समजत नव्हतं . तेवढयात म्हादा

आला तात्यांच्या म्हशीच दूध घालायला . त्याला बघून वस्ताद बोलला आण्णा तो बघा तात्याच्या मळ्यातला म्हादा आलाय दूध घालायला . आण्णा न हाक दिली आ र्‍र्‍र्‍र्‍र्‍र्‍र ए .... म्हादा इकडं ये जरा काम काम हाय . तस म्हादा ला पण समजलं होत नक्की काम काय आहे . हे लोक खजिन्या बद्धलच विचारनार आहेत असं वाटलेलंच आणि तसेच झालं . पारावर म्हादा जाऊन बसतो तोवर बाळू बोलला तात्या आता येतनाय काय मळ्यात ? तोवर नाम्या बोलला आता काय गरज आहे शेती करायची खजिनाच सापडलाय आता त्यांना. असं म्हणत म्हादा ला त्यांनी आणखी कायतरी विचारणार तोवर आण्णा बोलला . म्हादा खरे सांग तुला यातलं काय काय माहित आहे . म्हादा दचकल्यागत करत म्हंटला मी शेतातला गडी आणि मला कस त्या बद्धल माहित असेल? असं म्हणत म्हादा वेळ मारून नेत होता .. बरं आण्णा मी जातो काम लई पडलंय असं म्हणत उठणार तोवर वस्ताद आर .... काम काय आपल्या पाचवीला पुजलंय त्यात काय एवढं ? अहो वस्ताद होय पण करायला तर मलाच लागणार आहे . असं म्हणत म्हादा उठला तो उठलेला बघून आण्णा म्हंटला आता आपल्याला खजिना सापडल्यावर कुणाला बी काम करायची गरज पडून द्याची नाही आपण. असं डिवचून बोल्यागत आण्णा बोलले .

म्हादा चालत निघाला होता पण त्याच रस्त्या वरती लक्ष्य नव्हतं रोजची वाट असल्यामूळ त्याची पाऊले पडतं होतीत . आणि तो आण्णा बोलण्या वर विचार करत चालत होता. आजूबाजूला काय चालू आहे याकडं पण त्याच लक्ष्य नव्हतं . सारी रात्र म्हादा त्याच्या आर्थिक परिस्थितीचा विचार करत लोळत होता त्याचा डोळा लागणे कठीण झालं होत . त्याच्या पण मनात येऊ लागलं खरेच अजून खजिना असेल तर .... आपण पण श्रीमंत होऊ शकतो . पण नंतर आणि तात्या बोलले होते ते त्याला आठवतं होत . परत नको नको तसलं काही आपण कष्ट करून सुखी आहोत असं म्हणत परत तो विचार सोडून देई . त्याला पण वाटत होत बायका मुलांना सुखी ठेवावं . पैश्याची चणचण नको आपण जे सोसत आलो ते आपल्या मुलांनी सोलायला नको असे एक ना अनेक विचार आता म्हादा ला आता झोपून देत नव्हते . पण म्हादा मनाशीच म्हंटला जरी खजिना असेला तरी त्याची चावी आणि खजिना काढण्यासाठी नक्की काय करायला लागतं होत हे तात्यांनाच माहित होत . कारण ऐन खजिना काढायच्या वेळी तात्यांनी मला आणि शिवाला बाहेर घालवलं होत . इथं येऊन म्हादा चे विचार थांबले .त्यानं ठरवलं शिवा ला आपण या विषयी बोलू. त्याला तर काही माहित झालंय का बघू असं म्हणतं सकाळ झाली होती ,कोंबड आरवत होतीत .

सकाळी उठून शिवा ला भेटायला जायचं म्हणून सकाळची काम पटपट करून शिवा ला भेटायला थेट गावात गेला शिवा ला बोलवून दोघे एका ठिकाणी बसले . म्हादा काही बोलणार तोच शिवा बोलला तुम्हाला वाटतं असेल तात्यांनी मला त्या खजिन्या संबंधी आणखी काही तरी सांगितलं असेल. पण तस काही नाही ,तुम्हाला जेवढं माहित आहे तेवढंच मला माहित आहे .मी हि धाडस करून आणखी काही विचारला गेलो एक दोनदा पण काही उपयोग नाही झाला . म्हादा काका मला तर वाटतंय खजिना संपलाय असं शिवा म्हादा ला म्हंटला . नाही नाही करत म्हादा बोलू लागला ,अरे शिवा खजिना जर संपला असेल तर तात्या त्या बद्धल कश्याला काय लपवून ठेवतील? आपल्याला तर त्यांनी सांगितलंच असतं . तात्या जस आता वागायल्यात त्यावरून तर मला वाटतंय खजिना अजून आहे आणि तात्या ना आता वाटतंय कि गरज नसताना पण आपण काढू खजिना म्हणून तात्या आपल्याला सांगत नाहीत ,तस त्यांचं बरोबरच आहे म्हादा काका असं शिवा बोलला . अरे होय पण आता गावात बोंब उठली आहे त्याच काय ?. खरी बोंब तर म्हादाच्या मनात उधळलेली पण तो स्पष्ट सांगू शकत नव्हता . बरं शिवा बग काय माहिती हाताला लागत्या का काय तर शेवट आपणचं लावू . असं म्हणतं दोघे पण उठून गेले .

आता म्हादा न मनाशी पक्क केलं होत खजिना आहेच आणि तो आपण मिळवायचा आणि गावं सोडून पळून जायचं पण त्याला सगळ्या गोष्टी माहित नव्हत्या त्यामुळं तो लगेच काही करायचं पक्क करत नव्हता . अजून खूप माहिती त्या खजिन्या बद्धलची कुणालाच माहित नव्हती . तात्याला पण नव्हती माहित .

एक दिवस काहीतरी कामा निमित्त म्हादा तात्या च्या घरी गेला ,तात्या वरती बसलेले आहेत असं लक्ष्मी बाई नी सांगितलं . तस म्हादा पण धाडस करून वरती गेला तात्या त्या पेटी उघडून काहीतरी वाचत बसलेले दिसले ,म्हादा न हाक दिली तात्या काय करताय तस तात्यांनी ते जून पुस्तक बंद करून येये म्हादा करत बोलवलं .काय म्हणतोयस म्हादा ?कायनाय जास्त दिवस झालं गाठभेट नाय आपली म्हणून आलो भेटायला ,तब्बेत तर ठीक आहे न्हवं ?. आहे र पण आता कुठं जायला नको वाटतंय म्हणून कुठं बाहेर पण नाही जात ,बोल कस चालू आहे शेतात ,आहे सगळं ठीक ?.

तात्या परवा मला दूध घालायला आल्यावर शिरपा आण्णा व त्याची तीन टाळकी विचारत होती . खजिन्या बद्धल ! तस तात्या पटकण बोलले म? काय सांगितलंस की काय त्यांना तू ?,असं गडबड करत तात्या त्याला विचारू लागले

.म्हादा नाही नाही तात्या करत शांत व्हा सांगतो तुम्हाला सगळं काय झालं ते . म्हादा न गावात काय चर्चा चालू आहेत खजिन्या बद्धल सगळं तात्याला सांगितलं . आणि तो शिरपा आण्णा आता काय गप्प बसणार नाही खजिन्याचा शेवट लावल्या शिवाय . असं मला वाटतंय असं म्हणत म्हादा मधेच बोलला .बरं तात्या मला तर सांगा नक्की आता तुमच्या मनात काय चालू आहे . आणि त्या खजिन्या बद्धल नक्की संपला आहे कि आहे अजून खजिना ?

तात्या च्या मनात म्हादा बद्धल शंका नव्हती . पण तात्यांनी ठरवलं होत कुणाला काहीच या बद्धल बोलायचं नाही .पण कुठं तरी मनात होत कि म्हादा वरती आतापण आपण डोळे झाकून विश्वास ठेऊ शकतो . त्याच बरोबर तात्यांना हे पण माहित होत खजिन्याच्या लालसेने कुणाचे पण मन बदलणं शक्य होत . त्यामुळं परत तात्या ठाम होऊन नाही म्हंटले त्या बद्धल काही नाही बोलायचं . तोच बर बर करत म्हादा पुढं बोलला तुमच्या गळ्यातलं त्रिशूळ दिसत नाही ,म्हादा तुला म्हंटल ना मला त्या विषयावरती बोलायचं नाही . दोघे हि उठून खाली आले . चाय पिऊन म्हादा जातो तात्या म्हणतं उठला . तात्यांना कसलीतरी चुणूक जाणवली म्हादा मध्ये पण त्यानी ती डोळ्याआड करून विषय डोक्यातून कडून टाकला .

पण म्हादा च्या डोकयात आता दिवस रात्र एकच विषय चालू आसायचा . त्यातचं त्यानं असं ठरवलं कि शिरपा आण्णा ला आणखी एकदा भेटायचं तोच आपल्याला मदत करेल असं वाटत होत . म्हादा च्या दोन पिढयांनी तात्याच्या घराला दिलेली साथ लक्ष्यात होती पण . आता त्याला वाटत होत त्यांनी त्यांचं काम होत म्हणून एवढे दिवस ठेऊन घेतलं आणि सगळं मीच तर बगत होतो तरी मला काय मिळालं? . दोन वेळ ची भाकरी ?,पैश्याची चुणचुण तर अजून चालूच आहे माझी . मी जगतोय असं माझ्या मुलांनी नाही जगायचं असं एकच त्याच्या डोकयात चालू होत . रात्री दूध घालून परावरती गेला तिथं शिरपा आण्णा तीन टाळकी घेऊनच बसला होता . म्हादा ला बघून त्याला ऐकू जाणार नाही अश्या आवाजात आण्णा म्हंटला आता याच्या डोकयात प्रकाश पडलाय बग परवा मी बोलले चा तोच म्हादा जवळ जाऊन म्हंटला . अण्णा जरा बोलायचं होत ,अरे बोल की म आपलीच आहेत सगळी . तस नाय आण्णा जरा इकडं आला तर बरं होईल . बरं बाबा आलो . हा बोल काय म्हणतोयस ..... म्हादा बोलू लागला मला खजिन्या बद्धल थोडी माहिती आहे पण मी सांगतोय म्हणजे माझा त्यात जास्तीचा झाटा असणार आण्णा खूप हुशार होय रे म्हादा तूच आमचा म्होरकया ,तू सांगशील ती पूर्व दिशा मग तर ठीक . आणि आपण दोघेच सगळंच नाही करू शकत त्यामुळं

हे जी बसल्यात .बाळू ,नाम्या ,वस्ताद यांना पण बोलूया म्हणजे सगळ्या गोष्टी उघड होतील सगळ्यांना . म्हादा ला पण आता नाईलाज होता हो म्हणत तो तिथं जाऊन बसला .

त्यानं बोलायला सुरवात करणार ,तोवर आण्णा म्हंटले आमच्या घरात जाऊन बसू वरती बोलू, इथं नको .असं म्हणत सगळे उठून अण्णा च्या घरात जाऊन बसले . म्हादा बोलू लागला . खजिना आहे कि नाही या बद्धल आताच काही सांगू शकत नाही .पण असं ही म्हणू शकत नाही कि खजिना नाही कारण तात्या ज्या पद्धतीनं सगळं सांगायला तयार नाहीत त्यावरून तर वाटतंय खजिना अजून शिल्लक आहे . आणि एक तात्याने मला काही गोष्टी सांगितल्या होत्या खजिना काढायच्या आधी .तस वस्ताद म्हंटला म्हणजे खजिना खरेच तात्याने शोधून काढलाय ?आणि तू पण होतोस खजिना काढायला ?म काय आपल्याला आणखी काय पाहिजे? . आण्णा त्याला थांबवत आर थांब जरा तो काय सांगतोय ते तर ऐकून घे आधी . हा बोल बोल करत तो थांबला . म्हादा बोलला हा खजिना म्हणजे तात्याच्या घराण्याचा खजिना आहे .तो काढायला तात्यानी दोन अटी सांगितल्या होत्या . एक म्हणजे खजिना काढायला त्यांच्या घरातली व्यक्ती पाहिजे आणि दुसरी म्हणजे मनुष्य बळी द्याला लागतो . तस बाळू बोलला म्हणजे तुम्ही मनुष्य बळी देऊन हा खजिना बाहेर काढला होता ? म्हादा सांगू लागला त्या रात्री तात्यांनी मला पण तिथून बाहेर काढलं जेव्हा खजिना काढायचा होता तेव्हा आणि बळी द्याला आम्ही ज्याला घेऊन गेल्तो तो पण आमच्या सोबत नंतर घरी आला त्यामुळं आत मध्ये तात्यांनी नक्की केलं काय ?हे त्यांना च माहित ,म्हादा ला पण सगळ्याच गोष्टी त्यांना नव्हत्या सांगायच्या त्यामुळं त्यानं त्रिशुला बद्धल काहीच नाही बोलला . अण्णा बोलू लागले पण ते ठिकाण कोठे आहे ,म्हादा बोलला गावच शिव मंदिर . बळी तर तात्याने दिला नाही म त्यानं तस का सांगितलं होत तुम्हाला ?. म्हादा बोलला म्हाघारी जाऊन आम्ही खजिना काढायला नको म्हणून. पण त्यान्च्यातला कोण तर पाहिजे हे गोष्ट खरी आहे असं म्हादा म्हंटला .त्यांचं ठरलं आता आणखी काही माहिती हाताला लागत्या का बघून चार दिवसांनी भेटायचं तो पर्यंत आता खजिना चा विषय कुणीच काढायचा नाही असं ठरलं .

तात्यांनी ते गळ्यातलं त्रिशूल घरा मागील विहिरीत टाकून दिल होत कितीही मोह आला तरी आता खजिना कुणाला हि मिळू नये असं त्यांनी ठरवलं होत . आणि त्याचंच कोड आता म्हादाच्या डोकयात होत . चावीच करायचं काय? कस काढून घेऊ तात्या कडून त्याना तर त्या विषयी पण बोलायचं नाही कायतर उपाय निघेल असं म्हणत चार दिवस गेले ठरल्या प्रमाणे सगळी जण आली होती .

अण्णा बोलू लागले आता येणाऱ्या आमावषेला आपण खजिना काढायचा त्याच्या आधी आता आपल्याला राहिलेली काम करायची आहेत . आता आणखी काय काय करयचा आहे ?म्हादा तूच सांग .एक महत्वाचं म्हणजे त्या खजिन्याची एक चावी होती आता ती चावी कुठं आहे हे तात्या सांगत नाहीत . आपल्याला काही पण करून ती चावी पाहिजे असं म्हादा म्हंटला त्यासाठी काहीही करायला लागलं तरी चालेल . त्यांनी असं ठरवलं आधी खजिना तर काढू म तो उघडायला आपल्याला कसपण येल असं नाम्या म्हंटला अण्णा पण त्याला सहमती दाखवत तसेच करू, पण म्हादाला हे पटत नव्हते शेवटी तो पण मान्य झाला . आता राहिला प्रश्न तात्याच्या घरातील व्यक्ती पाहिजे होती . म्हादा म्हंटला तात्याला आपण नाही घेऊन जाऊ शकत दुसरा पर्याय म्हणजे शिवा त्याला मी त्या दिवशी काही तर कारण सांगून मळ्यात बोलवतो व तिथून इकडं घेऊन येतो .

आता आमावषेच्या आदल्या दिवशी भेटीचं ठरलं त्या दिवशीच कोण कोणतं काम करेल हे ठरवायचं होत . म्हादा जातो म्हणून उठून गेला हि चार जण तशीच बसून होतात वस्ताद बोलला अण्णा काय दगा फटका नायना द्याच हा म्हादा . नाय र त्याला आपल्यावर विश्वास बसलाय होय तात्या किती केलं तरी तो बाहेरगावचा त्यावरती कसा काय तुमि पण एवढा विश्वास ठेऊ शकताय .अण्णा म्हंटले "अडला हरी गाढवाचे पाय धरी " बरं म्हणतं वस्ताद गप्प झाला .

एकदा खजिना हाताला लागूदे मी काय करयचा त्याच सांगतो . खजिना आपण घायचा पण आळ म्हादा वरतीच येणार आहे कारण खजिन्या बद्धल त्याला च गावात माहित होत . इकडं म्हादा ला पण वाटतं होत सगळं गाव यांच्या व्यवहारावरून या चार जणांना ओळखत असलं यांच वागणं होत ,आपल्याला काय आपण खजिना काढायचा आणि पसार व्हायचं असं याच्या डोकयात चालू होत . कुणाचाच कुनारवती विश्वास नव्हता ,प्रत्येक जण लोभा पायी कुठल्याही स्तराला जायची तयारी ठेऊन होता .

तिकडं तात्या च्या घरात शिवा न त्याच्या आई बाबा ला म्हणजे (रावसाहेब व सखू) ला सगळं सांगितलं होत . सखू रावसाहेब यांना समजावून सांगत होती आपलया घराची संपती अशी बाहेर का ठेवायची ?आपणच त्याचे हक्कदार आहोत त्यात पाप असण्यासारखं काही नाहि . पण रावसाहेब सांगत होते आपल्या पूर्वजांनी काही तरी विचार करूनच अशी संपती बाहेर ठेवली असेल असं मला वाटतंय . आणि तात्यांनी सांगितल्या नुसार काहीतरी अडचण आली भयानक तरच ते काढणं मान्य आहे . नाही तर काहीतरी अपशकुन होणार असं तात्या म्हंटले आहेत . अहो पण आता शिवा होता सोबत त्यांच्या बळी न देता पण त्यानी

खजिना काढला . नुसती अंधश्रद्धा आहे सगळी मला काही नाही समजत ती आपली संपत्ती आहे आपल्याला मिळायला पाहिजेच . आता सखू काही ऐकून घेईल असं राऊसाहेबाना वाटत नव्हतं . ते पण शेवटी मान्य झाले . पण त्यानी सांगितलं जो पर्यंत तात्या आहेत तोवर आपण हात नाही लावायचा त्या खजिन्याला . सगळ्याना असं वाटत होत आमी एकटेच त्या खजिन्याच्या मागे आहोत . अशे गावात कितेक जण होते पण त्यांना खजिना कुठं आहे हे पण नव्हते माहित.पण शिवाला चाहूल लागली होती म्हादा काका विचारत होता म्हणजे नक्कीच त्यांच्या डोक्यात कायतर डाळ शिजत असणार आहे ,त्यानं मुद्दाम तात्यांना बोलला मला म्हादा काका खजिन्या बद्धल विचारत होता . तात्या म्हंटले म्हादा ला भेटायला पाहिजे बोलवून आन .शिवा पण बोलवून घेऊन आला तात्या बोलू लागले म्हादा खजिन्या च्या माग अजून अशील तर नाद सोडून दे त्यातून तुला काहीच नाही मिळणार . आता म्हादा ला वाटलं आपला सगळा विषय तात्यांना समजला आहे कि काय ?. त्या भीतीनं म्हादा चाचपडत बोलू लागला .नायनाय ... तात्या ते अण्णा .. शिरपा अण्णा.. बोलेललं तेवढाच कि बाकी काय नाय माझ्या मनात . तात्या पुढं म्हंटले आता तिथं जाण हि धोक्याचं आहे . आताच मी तुम्हाला सांगतो . एवढं बोलून तात्या उठले.

तात्यांना नक्की समजत नव्हतं मनातलं सगळं सांगावं कुणाला ?कुणावरतीच विश्वास ठेऊ शकत नसल्यागत झालेलं त्याचं . शेवटी त्यांनी एका रात्री सगळी कथा त्यांना माहित होती ती आणि आता त्या पुस्तकातून वाचून समजून घेतलेल्या गोष्टी ,ज्या वेळी खरोखर संकट आहे तेव्हा तिथून तुमि खजिना सहज काढू शकत होता . पण गरज नसताना तिथून खजिना काढणे म्हणजे मृत्यू ओढवून घेणे होते. जो कोणी लोभा पोटी तिथं जाण्याचा विचार करील तेथील शक्ती त्याचा नाश करतील. अश्या सगळ्या गोष्टी लक्ष्मी बाई ला सांगून तात्यांनी त्यांचं मन हलकं केलं .लक्ष्मी बाई पण तात्यांनी पहिल्यान्दा एवढं विश्वासात घेऊन सगळी गोष्टी सांगितली बद्धल भारावून गेल्या . आणि त्यांना पण आता तात्या म्हणत्यात ते पटलं होत .

आमावश्या च्या दोन दिवस राहिले होते म्हादा तात्या च्या घरी आला ,आणि थोडं पैशे मागितले बायको त्याची तिच्या बहिणीकडं निघाल्या तिच्या बहिणीच्या मुलाचं लगीन आहे . आणि मी लग्नादिवशी जाणार आहे . पैशे घेऊन म्हादा न त्याची बायको व मुलांना तिच्या बहिणीच्या गावी पाठवून दिल व सांगितलं मी दोन दिवसात येतो तुम्ही जावा पुढं पण तिकडं लगीन वगैरे काही नव्हतं . असच जायचंय म्हणून सांगून त्यानं सगळ्यांना बाहेर गावी काढलं होत. आणि खजिना

घेऊन हा पण पसार होणार होता. याचा कुणाला अंदाज नव्हता .

आमावश्या च्या आदल्या दिवशी सकाळी अण्णा च्या घरात सगळी जमली. उद्याची काम ठरवुन घेतली. म्हादा शिवाला घेऊन मंदिरात ११ वाजता येणार होता . बाळू व नाम्या आत टिकाव घेऊन खोदकाम करणार होते .वस्ताद वरती थांबून . नजर ठेऊन बसणार होता. आणि अण्णा आत मध्ये खजिना काढल्यावर तो उघडायचा कसा याकडं त्याचं काम होत . ठरल्यावर सगळी उठली आता उद्याच भेटू असं म्हणत निघाली सगळी ,पण अण्णा ,बाळू , नाम्या ,वस्ताद रात्री भेटून आपण तिथं गेल्यावर जसा खजिना वरती इल तिथंच म्हादा ला मारायचं. आणि खजिना लुटून नेताना अपशकुन होऊन मेला व खजिना लुप्त झाला गावात आपण उठवायचं .

दुसऱ्या दिवशी कायतर काम काढून म्हादा न शिवाला मळ्यात बोलवून घेतलं. सांज झाली होती . म्हादान स्वतःच काही तरी खायला बनवलं आणि शिवा पण जरा वेगळं कायतर खाऊ या विचारात शिवा पण खाऊ लागला . बोलता बोलता खजिन्याचा विषय निघाला . म्हादा म्हंटला चल आज जाऊन एक चक्कर टाकून येऊया . त्या दिवसा नंतर फिरकलो पण नाही अजून तिकडं शिवा च्या पण खूप मनात होत . दोघांचं एक मत झालं . म्हादा च काम सोप्प झालं होत शिकार काही न करता हातात आलेलं . दोघे ठरवून आपण ११ ला जाऊ असं म्हादा न स्वतःहून वेळ ठरवुन सांगून टाकलं .शिवाच्या मनात काहीच नव्हतं त्यामुळं हो ला हो देत होता . त्याच्या जरा पण डोकयात नव्हतं म्हादा च्या डोकयात काय चालू आहे . रात्रीच्या ११ वाजता सगळं गाव सामसूम होत. आणि आमावश्या होती त्यामुळं अंधार पण खूप होता . दोघे मंदिरात पोहचले . गुप्त दरवाजा उघडून आत गेले . थोडा वेळ ते इकडं तिकडं बगत होते तोवर . अण्णा ,बाळू ,नाम्या ,वस्ताद आत मध्ये आले तस शिवा ला म्हादा च्या डोकयात काय चालू होत समजलं तस तो पळायचा प्रयत्न करू लागला वस्ताद न त्याच्या पाय वरती काठी हाणून त्याला खाली पाडलं ,त्याला पटकन धरून नाम्या ,बाळू न त्याला बांधून घातलं. म्हादान प्रार्थना करून टिकाव मारलं आणि नंतर बाळू व नाम्या खोदु लागले . अचानक त्याना खाली काही तरी असल्याचा भास झाला . शिवाला सोडून त्यानी त्याला जबरदस्ती ते बाहेर काढायला सांगितलं . शिवाने नाही नाही करत त्यांच्या भीतीनं त्यानं पण ते बाहेर काढलं . पण या कुणाकडेच चावी नसल्यामुळं ते वरती काढून ठेऊया ,नंतर सगळं एका वेळी उघडू असं त्यांचं ठरलं . शिवा कोणाचं लक्ष्य नाही तोवर बाहेर पळत सुटला आणि अंधारात गायब झाला .या दंग्यांनं वस्ताद पण आत पळत आला आणि दरवाजा बंद केला .आता दोन पेट्या यांनी काढल्या होत्या

. आता चावी नसल्यामुळं कुदळीने पेटी फोडून टाकायची असं ठरलं तस आण्णा आणि म्हादा दोन पेटी वरती कुदळ आदळत होते तसा .भयानक आवाज होऊ लागला आणि भूकंप आल्या सारखं सगळं मंदिर हालू लागलं थोडयाच वेळात त्या खोलीतील भिंती कोसळू लागल्या .आता प्रत्येकाला खजिना सोडून जीव वाचवायला पळून जाऊ वाटू लागलं . पण आता दरवाजा असा बंद झाला कि सगळे अडकून पडले . हळू हळू त्यांना

जाणऊ लागलं आपण आता जिवंत गाढले जाणार आहोत . आणि थोडयाच वेळात सगळीकडं धूर होऊन सर्व च्या सर्व जण त्या खजिन्यसोबत गाढले गेले . आणि ती खोली जशी होती तशी झाली . खजिन्यानं शेवटी एक नाही ५ बळी घेतले होते व्याजा सकट .

3

" कोंडबा "

मी दिग्विजय (दिगू) दिवाळीची सुट्टी १० दिवसाची मिळाली होती ,गावाकडचे मित्र पण आपल्या धंद्यात चांगला जम बसवून काम करत होतीत. दिवाळीच्या पहिल्या दिवशीच आम्ही सगळेजण भेटलो . आणि आमच्या असं लक्ष्यातआलं कि लहान होतो तेव्हा "भेटल्यावरती कुठंतरी जायचा प्लॅन आम्ही करत होता पण आता झालेलं उलट आता भेटण्यासाठी प्लॅन करावा लागत होता " त्यात पण एकादा, दुसरा राहायचाच . भेटल्यावरतीसगळ्यांच्या घरी जाऊन भेटी गाठी झाल्या फराळ झाला जाईल तिथं . आता जेवण्याची काय गरजचच नव्हती राहिली . म रवी च्या घरी आम्ही गेलो आणि त्याच्या खोली मध्ये जाऊन सगळ्या जुन्या आठवणी काढून उगळत बसलो . आम्ही १०वी ,११ वी ,१२ वी सोबत होतो . क्लास ,शाळा ,कॉलेज,सगळीकडंच बोलणं झालं. त्यात विषय कुणाकुणाची लग्न झाली आहेत क्लास मधल्या .असं सगळं बोलणं चालेल . .

तेवढ्यात किरण्या बोलला अरे आपण आता दिवाळीच्या निमित्तानं भेटलो आहोत चला एखादी छोटी ट्रिप ला जाऊन येऊया ! दिवस मस्त राहून जवळच कुठंतरी . हा विषय सगळ्यांनाच पटला . मी अरे पण जायचं कुठं ? रव्या आता बाहेर या दिवसात मस्त थंडी असते जाऊ कोंडबा च्या डोंगरावरती जेवण करू डान्स करू ,तिथंच टेन्ट मारून झोपू आणि सकाळ उठून येत- येत एखादा पॉईंट असेल बघण्यासारखा तर बघून येऊ . आमचं गाव छोटा होत पण सगळीकडं हिरवागार निसर्ग होता इथं रहणाऱ्याच मन च होत नसायचं गाव सोडून जायचं .पण असे किती तर तरुण होते ते नोकरी साठी मोठ्या शहरात जाऊन राहत होते . कारण इथं या आडवळणी गावात कुठून एवढ्या नोकऱ्या निर्माण होणार . कोंडबा डोंगर आमच्या गावापासून ४० एक किलो मीटर वरती होता .

हा प्लॅन सगळ्यांना पटला होता. सगळ्यांनी होकार दिला ,पण एक प्रॉब्लेम असा होता कि आमच्यातलं कोणीच तिथं आधी जाऊन आलं नव्हतं . तरी पण आपण जाऊ मज्या करू, कशयाला कोण लागतंय? आपल्या सोबत असं म्हणत . आम्ही सगळ्यांनी आता दिवाळीचे पाच दिवस जाले कि आपण पुढच्या दिवशी निघू असं ठरलं. जाताना स्वयंपाकाचं साहित्य ,आणि आपली आपली बॅग घ्यायची ठरली . रोशन (रोशा) ची चार चाकी गाडी होती . आणि आमचा आचारी नूर (नुऱ्या) असं पाच जण जायचं आमचं ठरलं . दिवाळी झाली नंतर एक दिवस आधी भेटून असं ठरलं कि आपल्याला जायला वेळ नाही लागणार जरा घाटाची वाट आहे पण आपण दुपारी ३-४ ला जरी निघालो तरी आपण ६-७ पर्यंत पोहचू.

दुसऱ्या दिवशी सगळीजण आवरून रोशा च्या घरी जमलो ,घरच्यांनी ताकीद करूनच लावून दिलेलं जास्त दंगा मस्ती करत बसू नका लवकर या आणि आजच माघारी या पण आम्ही राहणार आहे सांगूनच बाहेर पडलो .जाऊन बिर्याणी करायच ठरलं होत . म दिवसाबरोबर चिकन घेऊ कुठं तर आणि लागणार साहित्य पण घेऊ असं म्हणत गाडी चालू केली. आणि निघालो निघायला आम्हाला ५ वाजले होते . आमच्या गावाकडे जास्त डोंगर आणि झाडी खूप असल्यामुळं सूर्यास्त लवकर होत होता . पुढं जाऊन निगुडी गावाजवळ बाकीचं साहित्य घायच असं ठरलं त्या गावात पोहचायला आम्हाला ०६:३० वाजले होते .

रस्त्या ला चिकन दुकान दिसले दुकानात गेलो तर आम्हाला धक्का च बसला तो जो माणूस होता तो आंधळा होता. त्याच्या दोन मुली कि ज्यांचं वय २२-२३ असेल अश्या त्या चिकन तोडण्यापासून ते दुकान च सगळं चालवत होत्या. तो माणूस होता तो नुसतं पैशे घेण्या साठी बसलेला व तोडलेल चिकन पिशवी मध्ये भरून देत होता . आम्हाला इतकं आश्चर्य वाटलं कि किती धाडसी या मुली आहेत आणि त्या इतक्या पटाईत होत्या चिकन तोडून देण्या मध्ये कि त्या इतक्या कमी वेळात चिकन देत होत्या तेवढ्या वेळात आम्ही कुठहि पाहिलं नव्हतं . त्या मुली असून असलं धाडशी काम करतात यातच आम्ही त्याना मानलं होत . आम्ही स्वतः कधी देवाला जरी कोंडा कापायचा झाला तरी खाटीक बोलवून कापत होतो . त्या वेळी त्यांच्या कडे बघून असं जाणवलं कि परिस्तिथी काय करायला लावेल. आणि त्या आपल्या आंधळ्या बापाला कधीच असं वाटून दिल नसेल कि त्याला मुलगा असता तर बर झालं असत. असं त्याच्या तोंडावरून तो अगदी आनंदी आहे. त्याला दोन मुली आहेत आणि तो आंधळा जरी असला तरी त्या दोन मुलींमध्ये एवढं धाडस त्यानं निर्माण केलंत कि त्या त्या स्वतःच्या पायावरती स्वतः उभं राहू शकतात. आणि स्वतःच सौरक्षण स्वतः करू शकतील . त्यांनी पटकन चिकन

स्वच्छ धुऊन देल ,पुढं किरण्या जाऊन तांदूळ,मसाला ,घेऊन आला .नुन्या आचारी आमचा तो म्हणता मला ९० घेतल्या शिवाय जमत नाही घायला लागतंय . म त्याच्या औषधाच्या शोधात आम्ही गावभर फिरत होता नंतर एका माणसाला विचारून गावाबाहेर आहे असं असमजलं ,तिथं गेल्यावर एक मोठ्ठी बाटलीचं नुन्या घेऊन आलं . आता वाजले होते ७:१५ अजून इथून १०किलोमीटर आम्हाला जायचं ते ठिकाण राहील होत . गाडी चालू करून मस्त गाणी लावून दंगा मस्ती करत चाललो होता . आता बाहेर खूप अंधार पडला होता रस्त्या वरची वर्दळ पण कमी कमी होत चाली होती ,तेवढयात मी म्हंटल अरे आताच कुणालातरी विचारून घेऊया कि अजून किती लांब आहे कोंडबा . नंतर कोण नसेल रोड ला तर अडकून बसू आपण . तेवढयात पुढं रस्त्याच्या दुसऱ्या बाजूला एक व्यक्ती दिसली गाडी थांबून आम्ही काच खाली करून विचारलं, बाबा कोंडबा अजून किती लांब आहे? आणि किती वेळ लागेल आम्हाला पोहचायला ?तो माणूस थोडा वयस्कर होता तो म्हंटला पुढं जाऊन एक लहान पूल लागेल तो पूल झाला कि लगेच उजव्या बाजूला वळायचं तो थेट कोंडबाला जातोय . पणआता खूप वेळ झाला आहे कश्यासाठी निघाला आहेत असं तो बाबा म्हणत होता ..पण आम्ही आभारी आहोत बाबा ... म्हणत पुन्हा गाडी घेऊन निघालो .

लहान पूल आला पुढच्या उजव्या रस्त्यानं वळलो .पुढं जायला लागलो तर पुढं एक म्हातारा रोड ला हात करून उभा होता ,गाडी थांबवुन आम्ही विचारलं आजोबा कुठं कोंडबा ला येणार का .. अरे लेकांनो ! कसलं जाताय कोंडबाला जायच्या रस्त्यावर चा पूल पडलाय १०-१५ दिवस झालं .आणि तुमि कस जाणार आहेत .? पण आमच्या मनात आलं पण मग त्या मागच्या माणसान का नाही सांगितलं . तरी पण आम्ही पुढं जायचं ठरवलं .आणि गाडी हलवली .तो माणूस तिथंच थांबला . आमी पुढं गेलो तर खरेच पूल पडला होता आणि तिकडं जाणअशक्य होत . तसेच मग गाडी वळवली आणि त्या म्हाताऱ्या जवळ येऊन आणि परत थांबलो . व त्याला विचारलं बाबा आता आम्हाला ,रहायची सोया करून जेवण करायचा आहे इथं कुठं जागा आहे का ? तस त्यानं सांगितलं या मागच्या रोड नि सरळ पुढं गेला कि डाव्या हाताला एक लाकडाचं गोडाऊन आहे थोडं आत आहे पण तिथं पाण्याची सोय आहे मागच वाहता वडा आहे . आणि झोपायला पण जागा आहे . इकडं कधी पाऊस येल सांगता येत नाही त्यामुळं आम्हाला पण ते पटलं . गाडी घेऊन आम्ही निघालो जितून आत मध्ये वळलो तिथे तिथून म बाबानं सांगितलं तिकडं जाऊ लागलो आणि थोडं पुढं गेलो गाडी बंद पडली . रोश्या गाडी तुन उतरून बॉनेट उघडून काय झालं बघू लागला तर सगळ इंजन गरम झालं होत .त्यामुळं

बहुतेक बंद पडली असावी.तो म्हणत होता . गाडीच्या मागच्या बाजूला कुणाचं लक्ष्य नव्हतं मागच्या काचे वरती कसला तरी क्रॉस होती . अंधार असल्यामुळं कुणाचं माग लक्ष्य गेलं नव्हतं

थोडं वेळी थांबून परत गाडी सुरु झाली . गाडी आता त्या लाकडाच्या वखारी जवळ जाऊन थांबली . सगळे जण उतरलो आणि जेवण करायच्या नादाला लागलो . नुन्या न गाडीत बसून आलेला थकवा काढायचा म्हणून दोन पेग तसेच मारलं पाणी न घालताच . आता तो कामाला लागला . चूल पेटवुन बिर्याणी करायला घातली . आता सगळे जण बसून एक एक पेग मारू म्हणत नुन्या न सगळ्यांना थोडी थोडी पाजली . काय नाय रे होत एवढ्याने कधीतरी घेताय ,मी रोज घेतोय झालंय का मला कुठं काय? .मग घ्या त्याला शांत करण्या साठी आम्ही थोडी पिलो चकणा खाल्ला झाला आता वाजले होते ११ .

जेवण झालेलं बघून किरण्या म्हंटलं अरे चला उठा आता जेऊया आणि इथंच झोपूया आणि उद्या सकाळी कायते पुढ कुठं जायचं ठरवूया . जेवण वाढत होतो सगळ्यांच्या ताटात बिर्याणी वाढली , जेवताना सगळ्यांना जाणवलं कि आपल्या ताटात चिकन ची फोड नाहीत ,सगळी जण किरण्यावर खेकसू लागले अरे पण माझ्या पण ताटात चिकन फोड नाहीत किरण्या म्हंटला . सगळ्यांनी म नुन्या ला विचारलं आर तू चिकन घातलं तर होतस का ? तो जरा शुद्धीत होता त्यातच तो बोलला अरे भावांनो मी किती जरी पियालो तरी जेवण एक नंबर च करतो आणि बिर्याणी तर आपला आवडता पदार्थ आहे त्यात चिकन घालायचं कस विसरेन मी ?घातलंय मी असं तो म्हणत होता . पण मी म्हंटल अरे जाऊदे इथं कुठं पिशवी आहे का बघा राहील असेल घालायचं . शोधल पण काही नाही सापडलं .

तेवढ्यात नुन्या म्हंटला अरे मला आठवतंय मी त्या चिकन ची पिशवी जाळात घातली चिकन तांदूळ मध्ये घालून .

तसेच आता कायतरी गौडबंगाल झालं आहे म्हंटल तसाच शिजलेला भात खाल्ला सगळ्यांनी . प्रत्येक जण आता तोच विचार करत होता चिकन गेलं कुठं ? नुन्या झोपला होता . आम्ही सगळी भांडी ओढ्या वरती जाऊन धून आलो तर नुन्या नव्हता तिथं आम्ही म्हंटल आता हे बेवड नशेत कुठं कुठं फिरत बसलंय काय माहित ?.पण त्याला तस सोडून आम्ही झोपू शकत नव्हतो हाक देत देत ओरडत होतो नुन्या ये नुन्या कुठं गेलास एवढ्यात बोंबलत ? अश्या शिव्या देतच शोधायचं चालू होत . तो गर्द झाडीत उभा असलेला मला दिसला अरे हा बेवडा इथं उभारलाय बघा असं म्हणत मी त्याच्या जवळ गेलो .व त्याला पाठीमागून खांद्यांवरती हात ठेऊन म्हंटल ए नुन्या .. किती वेळ झालं हाक मारायलोय तू

इकडं काय करायल्यास ? म तो म्हंटला आर तुमीच मला इकडं बोलवताय म्हणून मी तुम्हाला हाका मारत इकडं आलो एवढ्या लांब आणि जोरात जोरात हाक मारत होता नुन्या .... नुन्या लवकर ये तुमच्या आवाजा न माझी चढलेली पूर्ण उतरल्या .

सगळी जण चालत माघ आलो पण नुन्या ची एवढ्यात कशी काय उतरली हेच समजत नव्हतं . आणि त्याला तिकडं हाका कोण मारत होत ?

सगळी याच विचारात होतो . तेवढ्यात नुन्या उठून दंगा करायला लागला तुमच्यातलं कोणीही माग जाणार नाही . त्याच्या आवाजात एक वेगळाच करारी पण होता ,डोळे पांढरे करून तो आमच्या सगळ्याकडं बघत होता . रव्या त्याला हाका मारात होता ये नुन्या काय बोलतोयस काय चाललय तुझं ? गप्प बसतो का मजाक करू नको . ये तू कोण रे? असं नुन्या बोलू लागला मग सगळ्यांना घाम फुटला . त्यानं रव्या ला जवळ जाऊन लाकडाच्या भुश्यात टाकून दिल . आम्ही सगळी ओरडत होतो नुन्या झालं तरी काय? ,तो बोलला मी नुन्या नाही मी , कांता आहे .आमी भीत भीत विचारलं कोण कांता ?.. आणि आम्ही तुमचं काय भिगडल्या ?

तुम्ही काय माझं बिघडताय मीच तुमचं बिघडवायला आलोय . तसं त्यानं माझ्या जवळ येऊन माझं नरडं धरलं . जीव गुदमरू लागला ओरडत होतो . तरी सोडता सोडत नव्हता शेवटी किरण्यान पाठीमागून तिथलं लाकूड त्याच्या पाठीवरती मारलं तेव्हा त्यानं माझा गळा सोडला . आणि बोलू लागला मी या परिसरातल्या एका हि माणसाला जिवंत नाही ठेवणार . धाडस करून विचारलं पण असं का ?

नुन्या च्या शरीरात जे कोण होत बोलू लागलं एक वर्ष्या आधी या वखारीत मी आणि गावातल्या बायका कामाला होतो . एक दिवशी मला काम आवरायला वेळ झाला. दुसऱ्या बायका आपली काम होतील तस जात होत्या ,मी कापलेल्या लाकडाच्या फळ्या नेट ठेवायचं काम करत होतो . आणि ते वखारीचा आतील बाजूस होते ,काम होईल तस सगळ्या बायका निघून गेल्या . तिथं काम करणारी पुरुष मंडळी पण आता जात होतीत . आणि तिथं वस्तीला असणारा गडी (रम्या) . एकटाच राहिला होता . मी थांबलो कारण मला उद्या सुट्टी घायची होती आणि आजच काम संपूणच जायचं होत .

आम्ही सगळी जवळ एकमेकाला आधारदेत गप्प बसलो होतो भिंतीला टेकून . भीतीनं दुसरं काही सुचत नव्हतं आता आपण इथंच मारणार कि काय हेच डोकयात येत होत . तोच ती मोठ्या आवाजात ओरडत म्हंटली त्या रम्या न तर सगळं माझं वाटूळ केलं. त्यानं त्या दिवशी कोण नाही याचा फायदा घेऊन माझ्या

वरती जबरदस्ती करायचा प्रयत्न करू लागला .मी त्याला हाताला लागेल त्यानं फेकून मारत होतो पण जवळ येऊ देत नव्हतो शेवटी त्यानं मोठ्ठ फळी माझ्या पायावरती मारून मला हतबल केलं मी पडलो खाली ,आणि त्यानं करायचं ते केलं ,मी शांत बसणार नाही म्हणून त्यानं मला तिथंच मारून टाकलं . पण माझा आत्मा शांत नव्हता बसणार . मी कितीही धडधाकट असलो तरी त्या वासना घाण माणसाच्या पुढं माझं काही नाही चाललं . त्यानं त्याच रात्री मला त्या ,लाकडाच्या टाकाऊ ढिगाऱ्यात टाकलं आणि त्याला पेटवून दिल ,त्यानं जे केलं त्याची शिक्षा मी त्याला .फळया कट करायच्या मशीन मध्ये घालून मारलं . पण मला इथं आता काहीच नको होत म्हणून मी भीती घालून लोकांना मारून माझी शांती करतोय ,कारण माझी काही चूक नसताना आणि का गायब झालोय याची चोकशी केली त्यावेळी ,गेली असेल पळून कुना सोबत तर ,असल्या अफवा पसरून माझी ,घरच्या ची जीन हराम करून टाकलं या गाव वाल्यानी ,म्हणून मी कोणीही आलं तर ठरवलं आहे जिवंत नाही सोडायचं ,हा भाग भुताटकी म्हणून आता झाला आहे .

तीन काही तरी करून आम्हाला त्या लाकडाच्या वखारीचा खर चित्र दाखवल तर आमचा विश्वास बसत नव्हता कारण ,आम्ही आलो तेव्हा ती वखार चालू आहे असं वाटत होत ,पण आता तीन जे दाखवलं . इथं भयाण सगळी इमारत पडलेली सगळीकडं भयाण शांतता . आणि पुढं बोलू लागली मोठं मोठ्यानं हा हा हा ...... हसून . मीच तुम्हाला पूल पडलाय असं दाखवून इकडं यायला सांगितलं .मीच तिथं वाटत उभी होते खूप दिवस झालं इकडं कोण आलं नव्हतं . पण आता मला शिकार मिळाल्या . तुमच्यातील कोणच जिवंत जाणार नाही आता .

तीन किरण्यालाच हात लावला नव्हता कारण त्याच्या गळ्यात छोटी मारुतीची प्रतिमा होती . हे आमच्या लक्षात आलं .पण आता इथून निघायचं तर नुऱ्या ला पण सोबत घेऊन जायला लागणार होत आम्ही कुजबुजत होतो . ती मात्र मोठ्यानं हसत होती खूप दिवसं झालं कुणाला तरी मारून ,मी उठून पळू लागलो गाडीकडे ती माझ्या मागून येणार ये आम्ही ओळखलं होत झालं पण तसेच ती आली मागून आणि मागून किरण्यान नुऱ्या च्या पाठी वरती उडी मारली तस नुऱ्या ओरडत होता जणू त्याचच आता जीव जातोय असं ओरडत होता . चेहरा त्याचा पूर्ण फाटलेला आवाज तर किर्रे करून टाकणार होता पण तरी किरण्यान सोडलं नाही . तेवढ्यात रव्या ,रोश्या, मी गाडी जवळ जाऊन थांबलो होतो ,अशीच पाच मिनिटे गेली . खूप खूप किंचाळून शेवटी ती आत्मा बाहेर आली तेवढ्यात किरण्या नुऱ्या ला घेऊन गाडीत आला गाडीत पण देवाचा मुर्ती होती म्हणून ती

गाडीत आमचं वाईट काही करू शकत नव्हती . तसेच तिथून बाहेर पडलो मागून आवाज येत होता कोण तर ओरडल्याचा सारखा पण आमचं धाडस होत नव्हतं पाठी मागे वळून बघायचं . सगळे जण मुठीत जीव धरून बसलो होतो रव्या गाडी अशी चालवत होता आयुश्यात याच्या आधी त्याच्या बापा न पण कधी पळवली नव्हती . पुढं जाईल तशी भीती कमी झाली पण आता पहाट झालेली . जिथून कोंडबाला जायचं होत तिकडून आता बैलगाडी येत होत्या लवकर शेतात जाणारी माणसे त्या रस्त्या ला दिसत होतीत म्हणजे रात्री त्या भुतांनेच आपल्याला चकवा दिला . हे बघून थक्क जाहलेलो .

एक महिला कसा बदला घेऊ शकत्या तिच्या वरील आरोप ,तिच्या सोबत जे घडलं त्याचा . पण तो आत्मा शांत होईल का कधी हा प्रश्न मोठा आहे ,कारण आमचं नशीब चांगलं आम्ही वाचलो . पण अशे कितीतरी जण गेलेले परत आले नसतील . त्यांचं काय ?

नक्की दोषी कोणाचा . जबरदस्ती करणारा कि जबरदस्ती केली म्हणून बदला घेणारी चा ?

आम्ही या बद्धल विचारलं पण त्या भुताची कहाणी निगुडी गावात कुणालाच माहित नव्हती कारण तिथं गेलेलं कोणच मागं आलं नव्हतं . सगळ्यांना वाटत होत तो जो रम्या गडी होता त्याच भूत असेल . आम्ही जेव्हा हि गोष्ट गावात त्या सांगितली तेव्हा सगळ्यना समजलं कि ती कांता ज्या दिवशी पळून गेली असं उठवलेली तिच्या सोबत काय झालेलं .तेव्हा तिच्या बद्धल सगळ्यांना वाईट वाटलं .

हे गोष्ट तिची गावात सांगण्या साठी तर तीन आम्हाला सोडलं नसेल ना ?

4

"भेंडी"

संतू वय २७ वर्ष एक चांगला हुशार शेतकरी . शाळा जरी कमी शिकला असला तरी शेती इतक्या वर्ष करून त्याला आता शेती साठी कोणत्या वेळी कोणती औषध फवारायची किंवा पाण्याचं नियोजन खूप चांगल्या पद्धतीनं जमत होत . तो पाले भाज्या करून शेती करत होता ,मार्केट चा अचूक अंदाज त्याला होता कोणत्या काळात कोणते पालेभाज्या करायचंय कि जेणे करून बाजारभाव चांगला मिळेल . संतू १५ वर्षाच्या चा असताना त्याचे वडील एका अपघातात मरण पावले ,तेव्हा पासून शेती संतूच बगत आहे .

संतू चे गावात स्पर्धक खूप होते म्हणजे जे पूर्ण वेळ शेती करत आहेत अशे त्याचे शेजारी , निसर्ग ,आणि गव्हर्मेंट ,म्हणयाचा अर्थ असा कि शेजारी कधी कधी रात्री जाऊन आपल्या पिका वरती तण नाशक मारेल सांगता येत नव्हतं एवढी इश्र्या गावात होती ,आणि निसर्गाचं तर निराळंच कधी पाऊस पडेल ,आणि पाऊस पडेल का तरी या दोन शंका कायम मनात . कधी वातावरण बदलेल सांगता येत नाही आणि जे व्हायरस आहेत ते या बदलत्या वातावरणार खूप वेगाने पिकांवरती आपली सत्ता घेतात आणि पिकाची वाट लावतात . गव्हर्मेंट च तर बॉंब शेतीला लाईट हे राज्ररी आणि ठिबक करयचा तर अनुदान साठी एवढे फेरे मारायला लागतात कि अनुदान च नको त्या अधिकाऱ्याच्या पुढं जाऊन गुन्हा केल्या गत त्याच्या कार्यालयाच्या बाहेर जाऊन बसायचं .

शेती गावाकडच्या लोकांचं एक हक्काचं उत्पन्न देणारी संस्था आहे जिथे पिढयान पिढ्या मशागत करून नवीन पीक घेऊन वर्षीय उत्पन्न मिळत . सहाजिकच काळानुसार सगळेच बदलत आहेत त्याला शेती तर कशी अपवाद राहील .नैसर्गिक रित्या किंवा मानवनिर्मित संकट मुळे शेती बद्धलच्या

भावना लोकांच्या बदल्या आहेत . शेती जरी उत्पन्नाचं मुख्य स्रोत असला तरी शेतकरी आपला मुलगा शेती करू नये याची प्रार्थना करताना आता दिसत आहे . शेतकरी मुलगा कोणत्या मुलीला नवरा म्हणून आवडेल नाहीच ,संतू च्या बाबतीत एक गोष्ट चांगली होती त्याच्या पाहुण्यातली मुल्गीबर त्याच लगीन झालं म्हणजे लग्ना आधी ते एकमेकांना भेटत होतेच म्हणूनच झालं . घरी आई होती सगळ्या कामात ती त्याच्या मदत करत होती आता आणखी दोन हात मदती साठी वाढले होते .

या वर्षी भेंडी करायची असं संतू च्या मार्केट सर्व्हे किंवा अंदाज वरून त्याला वाटत होत. याच्या आधी भेंडी त्यानं नव्हती केली पण योग्य मार्गदर्शन घेऊन आपण चांगलं पीक घेऊ असं त्याला विश्वास होता . त्यानं त्या साठी पीक मार्ग दर्शन सेमिनार ला जाऊन भेंडी बद्धल सगळी माहिती ,कोणते रोग येतात पाण्याचं नियोजन सगळं घेतलं लागण केली . ५५-६५ दिवसात तोडणीला पीक येत योग्य वेळी औषध फवारणी,भांगलण करून सर्व प्रकारची काळजी संतू घेत होता आणि त्यानं २ एकर मध्ये भेंडी केली होती त्या मूळ नुकसान झालं तर खूप त्रास होईल या भीतीतून तो त्या पिकाला हातावरील फोड प्रमाणे जपत होता .

पण गावात संतू वरती जाळणारे पण काही कमी नव्हते . आणि ते कश्या प्रकारे संतू ला त्रास देता ईल याचा एक पण पर्याय सोडत नव्हते पण संतू पण त्यांना पुरून उरत होता . पण आता ज्या कुरापती शेजारच्या गण्या च्या मना मध्ये आली होत्या त्याला मात्र मर्यादा राहिल्या नव्हत्या . एन भेंडी तोड्याला आली होती गावातील २० बायका कामाला होत्या तोडायला आणि पेटी भरायला निशा (संतू ची बायको) आणि आई यांना बोलवलं होत . निशा शेतात काम करायला पहिल्यांदाच आली होती एकदा शेत बगुन गेली होती . निशा सासू बाई च्या मदतीने तोडलेल्या भेंड्या पेटीमध्ये भरून वजन करून कागदावरती लिहिण्याच काम करायला बसली . पीक चांगलं आलं होत आणि बाजारात दर पण चांगला होता . दिवसभर काम करून सगळेच दमले होते . अजून दोन दिवस तर लागणार होते तोडायलाय कारण पीक चांगलं आलं होत त्यामुळं वेळ लागत होता ,त्या दिवशी निशा ला खूप दमल्या सारखं होत होत . दिवसभर काम करून अंग भरून आलंय असं म्हणत ती पण लवकर झोपली . पुढचे दोन दिवस निशा अंगात ताप घेऊनच गेली जास्त नव्हता म्हणून तीन पण कानाडोळा केला . पण आज सगळं तोडा झाला आणि तिला खूपच ताप आलेला बगुन संतू न निशाला घेऊन दवाखाना गाठला .

प्रथम दर्शनी वाटलं पहिल्यांदा शेतात काम केलं उन्हात त्यामुळे सोसले नसेल औषधउपचार केल्यावर होईल सगळं ठीक . औषध तर चालूच होती पण त्यांचा

परिणाम मात्र कुठंच दिसत नव्हता . आता एक महिना झाला तरी तिची कणकण चालूच होती . कामाचा त्रास झाला असता तर दोन चार दिवसात गोळ्या औषध न ठणठणीत होत माणूस . असं सासू बाई म्हणत म्हणत संतूला म्हणाल्या मी पिराच्या दर्ग्यात एक बाबा आहे त्याला दुसर काय आहेका विचारून येतो .

दर्ग्या बद्दल असं बोललं जात होत इथ जर कुणावरती -करणी ,भूत प्रेत . अघोरी शक्ती चा प्रभाव असेल तर तो समूळ नाश करण्याची ताकत इथल्या एका खांब मध्ये आहे दर्ग्याला चार खांब आहेत .मागच्या बाजूच्या एका खांबाला या विषयी महत्व होत . त्यानं निशा च्या सासू च सगळं ऐकून घेतलं कधीपासून त्रास होत आहे सगळ्या गोष्टी जाणून घेतल्या आणि त्यांना सांगितलं तिच्यावरती कोणी तरी करणी केली आहे . तस सासू च्या पाय खालची जमीन सरकली . तिला घेऊन दर्ग्यात यायला यायला पाहिजे म्हणून निशा ची सासू घरी येऊन संतू ला सगळं सांगितलं तस त्याच्या डोळ्यांत पाणीच आलं . तो तिला दर्ग्यात घेऊन गेला रात्रीच्या १२ वाजता . तोपर्येंत बाबा न सगळी तयारी करून ठेवली होती . ७ लिंबू हळदी कुंकू . सुया , बाहुली ,अगरबत्ती, कणिक ,ती तिथं आल्यावर तिला त्या खांबाला चिटकून उभं करून तिचे हात त्या खांबाला बांधले ,आणि ते बाबा त्यांचे उपाय करू लागले . पण ती तेवढ्या पुरती नीट झाली .नंतर घरी आल्यवरती दोन दिवस गेले परत मग तस पुढं सुरु झालं त्यातच ती पोटुशी आहे असं समजलं मग तर जास्तच त्रास होऊ लागला आणि परत संतू च देव दवर्षी चालू झाले शेवटी भेंडीचं पीक काढून टाक म्हणून त्याला त्याच्या बायकोनेच सांगितलं मग त्याला सगळी गोष्ट समजली आपल्या शेती वरती करणी केलेली खरी पण शेतात आलेली आपल्या बायकोवरती त्याचा परिणाम झाला तस तो पळतच जाऊन सगळं पीक उपसून टाकलं .आणि बांधावरती पेटवून देल तेव्हा पासून पूर्ण त्रास कमी झाला .आणि पिकातून मिळायचा तेवढा फायदा पण मिळाला होता .

5

"आत्महत्या"

डोंगराळ भागात पर्यटनासाठी ,कॅम्प लावून फॅमिली सोबत फिरायला येणारी लोक आता वाढत आहेत . आणि या भागात उन्हाळ्यात तर काम नाहीच कुठं तर भात पीक घेतलेलं असत ते काढणी च्या वेळेला तेवढं गावात काम असत . उत्पन्न मिळवण्याची साधन पण कमी ,जनावरांचं दूध विकून इथला रोजचा व्यवहार चालू होता . पर्यटन साठी आलेल्या साठी डोंगरावरती कॅम्प साठी मोकळी जागा होती एक दिवस फुल्ल मस्ती करण्यासाठी चांगलं ठिकाण होत .

आणि लोक येत पण होतीत . याचा गैर फायदा घ्याचा म्हणून किसन्या आणि त्याचे ४ मित्र एक खेळ खेत असत. त्या पार्टी करायला येणाऱ्या लोकांसोबत आणि हा त्यांचा खेळ राऋरी चाले . कोण पर्यटक गाडी गावात आलेली दिसली ते काही खरेदी करत आहेत तोवर हे गावाच्या पुढे जाऊन अंधारात टायर पंचर होण्यासाठी खिळे ,मोले टाकत गावापासून एक दीड किलो मीटर . आणि गाडी पंचर झालेली बगुन पुढून आपली गाडी नेऊन मदत काय हवी आहे का ?असं विचारून त्यांना लुबाडण्याचा डाव यांचा रोज राऋरी असा यांचा डाव चालत असे . पण यातून पण त्यांचं आता समाधान होत नव्हतं .

एकदातरी एका मुलाला मारहाण एवढी केलेली कि त्या बिचार्या मुलानं आपला जीव सोडला होता . आता हे लपवण्यासाठी त्यांनी आत्म हत्या चा बनव केला आणि त्याला खोल दरीत गाडी सोबत ढकलून देल होत .

गावाबाहेर स्मशान होत जी वाट पर्यटन ठिकाणी जात होती त्याच वाटेल हे होत. आता लोकांना याची भीती दाखवून ,कधी गाईड म्हणून जवळ जवळ चे सगळे ठिकाण दाखवतो या बहाण्याने काही जण त्या गाडीमधून येत आणि स्मशान जवळ येताच पुढून कोणीतरी बाई चालत येत आहे असं वेशभूषा करून

भीती दाखून गाडी सोडून पळायला लावणारे तेवढ्यात त्यांच्या बॅग लुटणारे पण येऊन जात आणि नंतर काही समजावून सांगून ते गाईड त्या लोकांना डोंगरावरती घेऊन जात . म्हणजे मदत करणारे पण तेच आणि लुटणारे पण तेच असं झालेलं . मदत करत होते कारण बदनाम झाल तर नंतर एक पण पर्यटक फिरकणार नाही . आणि आपल्याला जेवढं काही मिळतंय हे पण बंद होईल. असा त्यांचा विचार होता . किती तरी लोकांना वेगवेगळ्या बहाणे करून लुटत होते . म्हणजे लोकांमध्ये भीती घालायची काहीजणांनी अडवलं तर गप्प आपल्या जवळच द्यायचं आणि जीव वाचूऊन पुढं जायचं . असं रोजच चाल होत .

एके दिवशी एक तरुण एकटाच आलेला किसन्या न पहिला गावात तुन त्यानं काही तरी खरेदी केली तोवर किसन्या न फिल्डिंग लावली . आज मोठं पाखरू हाती लागतंय सगळी तयारीला लागा कारण गाडी बगूनच किसन्या च डोळे फिरले होते . सहाजिक गावातून बाहेर पडताना किसन्या न गाडीला हात केला . सोबत होईल या हेतूने त्यानं पण गाडी थांबवली आणि त्याला आत मध्ये घेतलं . तरुण होता किसन्या च्या वायचाच . मग किसन्या न आपला डाव टाकायला सुरवात केली . तो इथल्या भयानक ठिकाणच्या कथा सांगायला सुरवात केली . या रोड ला पुढं वइ्या जवळ एका तरुण मुलीनंआत्म हत्या केली आहे आणि तिचा जीव अजून भटकत आहे. असं तो काही कथा रंगून सांगत होता. स्मशानातून पण रोज रात्री ओरडण्याचाच आवाज येत असतो आपण मला सोबत घेऊन आलात बरं झालं नाहीतर एकट्याला जायचा रोड नाही हा . एवढं सगळं बोलत होता किसन्या पण तो तरुण एका शब्धान बोलला नव्हता .

गाडी चालत होती गाडीत बसून खूप वेळ झाला होता .रोजच्या अंदाजावरून ठरलेल्या ठिकाणी आता पोहचयाला हवं होत. असं किसन्या ला वाटतं होत ,गाडीचं स्पीड पण एकसारखं होत . तरुण काहीच बोलत नाही म्हंटल्यावर किसन्या न विचारलं आपलं नाव कसं असं त्या तरुणाला विचारलं . त्यानं नाव सांगितलं सारंग पटेल . नाव ऐकल्या बरोबर त्याला घामच फुटला ,कारण या नावाचा तरुण आत्म हत्या करून मेलाय या डोंगरावरून असं सगळयांना माहित होत . पुढं तो तरुण बोलला काही आठवलं का ?. यावर किसन्या काही बोललं नाही . त्या तरुणानं आणखी काही लोकांनी आत्म हत्या केलेल्या लोकांची नाव सांगितली . यामध्ये आत्म हत्या कमी आणि हत्याच जास्त असतील? असं त्या तरुणानं पुढं प्रश टाकला किसन्या समोर . तो काहीच बोललं नाही .

तेवढयात तो बोलला तु एकटा कुठं निघाला आहेस ? आणि त्याला पुढं दोन तरुण उभे असेलेले दिसले आणि किसन्या ला विचारलं तुज्या ओळखीचे आहेत

का रे हे किसन्या हो म्हंटलं तस गाडी थांबून त्यांना पण किसण्यान बसण्यास सांगितलं . गाडी जात होती गाडी मध्ये आता बसलेल्या

दोघांना काही समजत नव्हतं गाडीतूनच कुठं जायचं आहे . तरीपण किसन्या काही माहित नसल्यागत बोलत होता आणि भीती दाखवयाचा प्रयन्त करत होता .

तो तरुण पण आता भिल्या सारखं करत होता त्यामुळं या तिघांना चागंला चान्स लागला होता आणखी थोडी भीती दाखून काहीतरी नाटक करून याला आपण गाडीतून उतरून लुटायचा . एव्हाना पोहचायला हवं होत पण अजून गाडी जातच होती आणि कुठं आलोय हे पण किसण्या ला समजत नव्हतं . आता ते दोघे गाडीनं मध्ये बसलेले बोलत होते अरे किसन्या आपण तिथंच जायच ना आता जिथं आपण जाऊन नेहमी पार्टी करतो या साहेबाना पण आपल्या पार्टी मध्ये सामील करूया . तसा तो तरुण पण बोलला मला पण आवढेल तुमच्या सोबत पार्टी करायला .आणि मी लागणार सगळं मटेरील पण आणल् आहे . तुमचा मित्र भेटला म्हणूनच आपली आज मित्र मजेत जाणार आहे . पुढं बोललं तस ते दोघे एक एक कथा सांगत होते म्हणजे गावातली लोक अशी म्हणत्यात तशी म्हणतायत कि ,या ठिकाणी माणसे जीवनाला कंटाळून येऊन आत्म हत्या करतात पण तस नाही बरका साहेब . मग कस आहे असा तो तरुण विचारतो .

तेवढ्यात किसण्या बोलतो काय बोलताय रे दुसरकायत्री बोला ,तोवर त्यातला एक जण म्हणतो अरे साहेब आता आपलेच आहेत त्यांच्या पासून काय लपवायचं आहे . असं म्हणत किसन्यालाच ते गप्प बसवतात . ते दोघे म्हणतात गावाकडं कश्याचा पैसे साहेब मग आमी गाईड म्हणून काम चालू केलं आणि नंतर लोकांना लुटायला . कोणी विरोध केलातर आम्ही त्याला जीव सोडायला लावायचो आणि आत्म हत्या म्हणून म पसरवायचो , तो तरुण किस्न्या कड बगुन खरेच काय ?म्हणत होता किस्न्या पण आता सांगितल्याचं सगळं तर त्यानं पण हो खरेच आहे म्हणत सांगितलं .

पोहचल्या नंतर पार्टी साठी जागा बगुन पार्टी केली सगळयांनी दारू पिऊन दंगा केला . आणि अचानक तिथं कोणच दिसेना किसन्याला तो त्याच्या मित्रां ना हाक मारत होता पण तिथं कोणच दिसत नव्हतं . तस बगुन तो पळत सुटला वाट दिसेल तिकडं . ओरडत ओरडत मित्रांची नाव घेऊन . पण त्याला त्या काळ्या अंधारात कोणीही दिसत नव्हतं . शेवटी जंस जस तो पळत जात होता तस तस त्याला त्याच्या मित्रांचं प्रेत दिसत होतीत ,त्याच्या पायाला थटट होते . तस तो आणखीच ओरडू लागला .चेहऱ्या वरती झाडांचा पाला फांद्या कापून सगळं

रक्त बाहेर येत होत .सगळ्या अंगावरती ओरबाडून कपडे फाटले होते शेवटी ज्या तरुणाच्या गाडीतून हा आलेला तोच समोर दिसला आणि त्यानं त्याला पकडून दरीत फेकून थोडक्यात त्याला आत्मा हत्या करायला लावली .

6

"विहीर"

परीक्षा झाली आली आता भेटणं कमी झालेलं पण बोलणं तर होत होत वेळ भेटेल तस ,जय आता बाबाच्या लॅब मधेच काम करत होता त्यालाच आता ते सांभाळायचं होत . आणि लगीन करण्यासाठी हेच कारण भाग होत जय च गाव *आत्याळ आणि विना च गाव कोडची . दोनी गावं जवळ जवळ होती . वीणा लग्नासाठी घाई करत होती तीच पण बरोबर होत इतके दिवस सोबत रहायची सवय झालेली आता तिला असं विरक्त राहून कंटाळा येत होता ,त्यातच तिला बघायला रोज एक पाहुणा स्थळ घेऊन येत होता .

वीणा च्या घर चे जास्त श्रीमंत नव्हते . व जय च्या वडिलांची रक्त तासणीची लॅब होती. पण लगीन घरचे मान्य करत असतील तरच करायचं असं जय च मत होत . आता जय न पण मानत घेतलं कारण वीणा ला बघायला आलेल्या मुलगा पसंत आहे सांगून गेलेला .तिला नकार देणारा मूर्खच म्हंटल पाहिजे पण आता जय ला वाटत होत मी काय तर विषय घरी मांडल्याशिवाय काही उपयोग नाही नाहीतर मीच मूर्ख बनेन .धाडस करून जय न पण बाबांशी बोलून सगळं सांगितलं . आणि त्यानं असं पटून दिलं कि आपल्याच लॅब मध्ये जरी काम केलं तरी मला हातभार लावू शकत्या तीच पण हेच शिक्षण झालंय . बाबा आई ,बहीण याना फोटो बगूनच आवडली होती वीणा . वीणा न पण तिच्या आई ,बाबा ला पटवून सांगितलं ,मी जय ला कॉलेज पासून ओळखतो ,त्याचा स्वभाव कसा आहे .तो काम करतो त्यात मी पण काम करु शकत्या . ना म्हणायला त्यांना पण कारण नव्हतं .

लगीन ठरलं कॉलेज चे मित्र सगळे, पैपाहुने वीणा च्या बाबानी खर्च करून एवढा चांगला जावई मिळाला मोठं थाटा माटात लगीन लावून दिल .

वराड निघालं आत्याळ गावात आलं तस वीणा ला थोडा घामचं आला एकदम . तिला वाटलं एवढ्या दिवसभर्‍याच्या धावपळी मूळ झालं असेल . सगळे कार्यक्रम झाले. रात्री वीणा ला जाणवलं कि आपल्याला खूप भरभरून ताप आला आहे .तीनं पाठराखीन आलेल्या काकीला उठून जरा गार पाण्याची पट्टी द्याला सांगितली . रात्र सगळी तिची जागरणातच गेलेली . सकाळी उठल्यावर जेव्हा जय ला बोलली तेव्हा त्याला पण वाटलं कालच्या धावपळी मूळ झालं असेल . त्यानं एक गोळी आणून दिली आणि जेऊन आणखी थोडी झोप घे सांगितलं .नवी नवरी म्हंटल्यावर हळदी कुंकू ,दुसर्‍या दिवशीचे कार्यक्रम या सगळ्यात तिला झोप मिळालीच नाही . दुपारी एक आजी बाई आल्या हळदी कुंकुवाला आणि तेवढ्यात वीणा पण बाहेर आली . त्या आजी बाई वीणा कड बगतच उभारल्या

जय ची आई त्यांना हळदी कुंकू देत होती त्याकडं तीच लक्ष्यच नव्हतं . नंतर तिनं एकदम मान वळून जय च्या आई ला विचारलं कोणत्या गावची सून केली . म त्यांनी पण गाव सांगितलं कुडाचींची आहे . पण त्यांच्या कड बघून वीणा ला पण वाटलं होत याना याआधी आपण बघितलं आहे . एवढंच नाहीतर या बाई शी मी आधी बोललोय असं वीणा ला वाटलं होत .काल रात्री गावात देव दर्शनाला गेल्यवरती पण वीणाला जाणवत होत या रस्त्यानं मी कधी तर याच्या आधी चाललोय . असं कस मला वाटतंय हे तिला काही समजत नव्हतं . या गावात तर वीणा याच्या आधी कधी आली नव्हती . अंगात ताप होताच चार दिवस झाले तरी . पाचव्या दिवशी माघारी न्यायला वीणा चे बाबा आलेले . जेवण तेन झालं . निघायचं म्हणून बाहेर पडली . आणि गाडीवर बसून गावाबाहेर जाणाऱ्या रोड वरून जात होते . त्या वेळी तर वीणा ला आधीच रोड माहित असल्यासारखं ती मनातल्या मनात रस्त्या च चित्र उभाकरत होती . तिला असं जाणवत होत कि कधी तर ती या रस्त्याला पळत पळत जात होती .हसत खेळत . तिला आता समजत नव्हतं नक्की भास कसले होत आहेत .

जशी वीणा आपल्या कुडचीच्या घरी गेली तसं तिच्या अंगातला ताप कमी झाला सगळं तिला मोकळं मोकळं वाटत होत एकदम फ्रेश वाटूलागलं होत . तिला फरक लगेच जाणवला . असेल थोडे दिवस राहिली तीन तिच्या आईला पण विचारलं आपण त्या गावात कधी गेलेलो का याच्या आधी तर आई पण तिची नाही ग कधी आपण गेलो काही संबंधच नाही आला जायचा . आता परत जायची वेळ आली होती . जय न्याल आला तीन गाडीवरतीच त्याला सांगितलं तिला भास होत आहेत ते आई गावी गेलो त्याच दिवशी ताप पण न काही करता कमी आला आणि दुखणं पण कमी झालेलं . आल्या नंतर आता वीणा जय ला मदत करत होती .

घरातली पण काम करत होती .

एक दिवशी गावात हळदी कुंकुवाचा बोलावणं आलं . नवी सून म्हणून जय च्या आई न वीणालाच जायला सांगितलं गल्लीतल्या बायकांशी मिळून वीणा हळदी कुंकुवाला गेली . आता पण तिला गावातील रोड बघून भास होत होते . जिथं हळदी कुंकुवाला गेलेली तिथं एक लांब विहीर होती झाडा झुडपात आता त्या विहिरीला नासकी विहीर म्हणून नाव पडलं होत . हे वीणाने बघितलं तीच गावात कुठं काय आहे याकडचे लक्ष्य होत . कारण डोकयात एक विचार चालू असायचा का असे भास होत्यात . त्याच राञरी वीणा ला स्वप्न पडलं . वीणा ज्या वेळी १७-१८ वर्ष्या ची असेल अशी ती दिसत होती तिला याच गावातील रोड सगळे आणि एक जुनं घर दिसले . एक बाई एक लहान मुलगी ८-९ वर्ष्यांची आणि एक माणूस . वीणा जणूं त्यांच्यातलीच आहे असं वाटतं होत . तिच्याशी त्या दोघी बोलताहेत . रूपा रूपा म्हणून हाक मारताहेत . ती पण त्या दोगीनशी बोलत्या . ती बाई रूपा ला धरून जवळ घेणार . तेवढ्यात वीणा ला जाग आली . दचकून वीणा उठल्यामुळं जय पण उठला . बगतोयतर वीणा पूर्ण घामानं भिजलेली त्यानं जवळ घेऊन तिला विचारलं काय झालं एकदम? तर तीन सांगितलं आज जिकडं हळदी कुंकुवाला गेल्तो तिकडं च स्वप्न पडलेलं आणि तीन जे काही बघितलं कोण कोण होतीती घर कसलं होत सगळं जय ला सांगितलं . जय न पण अरे आज तिकडं गेल्ती म्हणून पडलं असेल स्वप्न म्हणत जवळ घेऊन झोपवलं तिला .

पण वीणा च्या डोक्यातून काही हा विचार जायचं नाव घेत नव्हता . काही संबंध नसताना या गावाशी मला असं का भास होत आहेत हे कोण ?सांगेल तिला याच विचारात असायची . काम तर होत होती सगळी पण तीच चित्त थान्यावर नसल्यागत वाटत होत . रोज रात्री तिला ते स्वप्नात येत होत तिला पण आता ते जाणून घ्याच होत नक्की भानगड काय आहे . ती धीट होऊन झोपून जायची आणि स्वप्नात आणखी काही आपल्याला धागा सापडतोय का बागायची . एक दिवस तिला दिसलं कि त्या बाई चा नवरा होता तो माणूस आणि तो त्या बाई ला मारत होता त्या रूपा आणि दुसरी लहान गिला मागे ठेऊन ती बाई मार खात होती .तो माणूस दारूच्या नशेत होता . त्यानं इतकं इतकं मारलं कि ती बाई बेशुद्ध पडली . तेव्हाच तो मारायचा थांबला . एवढ्यात सकाळ झाली आणि उठली वीणा ना वाटलं आता जवळ आलोय मी काही तर नक्की माझ्या हाती लागेल का ?मला का नक्की हे भास होत आहेत .

आता वीणा या बद्धल कुणालाच काही बोलत नव्हती तिला स्वतःलाच हे शोधून काढायचं होत . आज जे स्वप्नात आलं त्यामुळं तिला जय ला सांगणं भाग

पडलं . आज तिला स्वप्नात आल होत ती बाई बोलत होती ,मी तुजी आई आहे रुक्मिणी ,हि तुजी बहीण आहे चिंगी .आणि तू आमची रूपा . चल आमच्या सोबत तुला न्याला आलोय आम्ही . त्या दोघी वीणा ला दोनी हाताला धरून ओढत होत्या वीणा मात्र माग ओढत होती . आता वीणा ला त्या घराचं सम्पुर्ण चित्र समजलं होत . कुठं आहे ते घर गावात कुठली रस्त्याला आहे . आता तीन ठरवलं हे सगळं जय ला सांगायचं . तीन जय ला सांगितलं पण जय म्हंटला मी इतके दिवस गावात आहे .मी बगतोय तस त्या नासक्या विहिरी जवळ कुणाचंच घर नव्हतं . आणि ती विहीर कधी पाण्यासाठी चालू नव्हतीच . तिकडं कुणालाच जाऊन देत नाहीत .यावरतीच वीणा न जय ला विचारलं .का कुणाला तिकडं जाऊन देत नाहीत .?जय म्हंटलं नासके विहीर याच्या पुढं कुणी कधीच काही नाही सांगितलं आम्हाला . या दिवशी वीणाला भर भरून ताप आलेला . ती इतकी आजारी पडलीकी अंथरून टाकूनच झोपली . तीच रक्त च्या टेस्ट घायच म्हणून जय ने लॅब मध्ये तिच्या रक्ता चे नमुने नेले . रिपोर्ट बगुन सगळं नॉर्मल होत . मग त्यानं तिला हॉस्पिटल मध्ये नेलं .त्यांनी थोड्या गोळी औषधे दिले .

पण वीणा च काही कमी येत नव्हतं . या स्वप्नातील गोष्टी वीणा आणि जय लाच माहित होती .

हिचा ताप कमी कमी येना म्हणून जय न शेवटी त्याच्या आई ला विचारलं .त्या नासक्या विहिरी बद्धल विना जेव्हा पासून तिकडून आली तिला अशी विचित्र स्वप्ने पडत आहेत . तेव्हा त्याचं आईनं त्याला त्या बद्धलची खरी कहाणी जय ला सांगितली कि तिथल्या जे कुटुंब राहत होत त्यानी आत्म हत्या करून घेतली आहे सगळयांनी पण हे खूप वर्ष्या पूर्वी झालेलं आहे. तू आज अचानक का विचारत आहेस ?. आणखी काय माहित आहे तुला त्या बद्धल असं जय न विचारलं . तर अरे माज नुकतंच लगीन झालेलं मला आणखी नाही काही माहित ,बर मग कुणाकडे मिळेल माहिती ?म त्याच्या आई न एका आजीचा पत्ता जय ला सागितलं आजी होती जी पहिल्यांदा वीणा ला एकटक बगत उभी होती जेव्हा हळदी कुंकू ला आलेली तेव्हा . तिला भेटायचं म्हणून जय लगेचच निघाला . जाऊन त्यानं आजीला आधी काय काय माहित आहे हे विचारून मग वीणा बद्धल बोलायचं असं ठरवलं . आजीनं पण सांगितलं जस वीणा च्या स्वप्नात आलेलं तसेच तेच नाव तसा त्रास होत होता म्हणून आत्म हत्या विहिरी मध्ये करून ती रुक्मिणी आपल्या मुली सोबत घेऊन मरून गेली . पण जय तू का हे सगळं विचारतोय ...

मग जय सांगू लागला वीणा ला हे सगळं स्वप्नात येत आणि तिला आता खूपच त्रास होत आहे . मी आजी म्हंटली मी जेव्हा तुमच्यात हळदी कुंकू ला आले होते तेव्हाच मला रूपा आणि तुझी वीणा दोघींचं तेच तेज चेहऱ्यावर होत .जय न स्वप्नात जे काय काय वीणा ला येतंय ते सगळं सांगितलं . त्यावरती आजी म्हंटली मी एका देवर्षी ला घेऊन वीणा ला भेटायला येतो आता काही काळजी करू नको . आजी आली देवर्षी ला घेऊन आजीनं सगळं देवर्षीला सांगितलं होत त्यांना समजलं होत त्रास का होत आहे . वीणा झोपलेली तिच्या अंगातला ताप जरा हि कमी आला नव्हता . देवर्षिणी जय ला व त्यांच्या कुटुंबातील सगळ्याना बोलवून सांगितलं रुक्मिणी आणि चिंगी चा आत्मा अजून शांत झालेला नाही . रुपा पुन्हा जन्म घेऊन याच गावात नांदायला आली आणि रुक्मिणी च्या इच्छा आता तिला सोबत घेऊन जायच्या आहेत . हे एकूण घरच्यांच्या पाया खालची जमीनच सरकली आता लगीन झालं आहे मुलाचं त्या नंतर हे असली अवकळा . जय च्या बाबा नि पुढं होऊन विचारलं बाबा या वरती उपाय काय .

देवर्षी न सांगितलं बिना मीठ असलेलया कणकेच्या बाहुल्या तयार करून ,वीणा वापरत असलेली कपड्यची थोडी थोडी चिंधी त्या कणकेच्या बहुलेली गुंडाळायची आणि एक दिवस पूर्ण या बाहुल्या वीणा च्या खोली मध्ये ठेवा . मी उद्या येतो . बाकीचं राहिलेलं जय करेल असं सांगून देवर्षी निघून गेले .

सांगितल्या प्रमाणे बाहुल्या वीणा च्या खोली मध्ये ठेवल्या . दुसऱ्या दिवशी देवर्षी आले आणि त्यांनी सगळ्या बाहुल्या समोर ठेऊन काही मंत्र म्हणून एका टोपलीत घालून जायला आज रात्री २-३ या वेळेत वाईट शक्ती पूर्ण मध्ये असत्यात त्याचवेळी तुला तिथं जाऊन त्या आता पडकी असल्याली विहिरीत या बाहुल्या टाकायच्या आहेत . मागे न बगता . म देवर्षी न सांगितलं एक दिवस पूर्ण बाहुल्या वीणा जवळ राहिल्यानं त्या मध्ये वीणा चा अंश असतो आणि तिचे कपडे त्या बहुलेली घातल्यानं वीणा च्या मागच्या ज्या काही त्रास असेल तो बाहुल्या घेऊन जातील . जय रात्री निघाला पायात न घालता मागे न बघता जेव्हा विहिरी जवळ गेला तेव्हा त्याला पण तिथं पडकी विहीर न दिसता तिथे खोल पाण्यानं भरलरली विहीर दिसली त्यांनं ती टोपली जशी पाण्यात सोडली तश्या त्या पाण्यातून किंकाई आली आणि इकडून ती विहीर पूर्ण गवतांन भरलेली दिसू लागली . जायला पण आता पटलेलं वाईट शक्ती हि असतेच .

7

"पाखरू"

विकी , पिंकी, मनू ,पंक्या , मोना . १२ वि झाल्या नंतर हे सर्व जण जेव्हा सिनियर कॉलेज ला गेले तेव्हा यांची झाली ओळख . म्हणजे , थोड्याच दिवसात यांचा एक चांगला ग्रुप बनला . म्हणजे सगळ्यांचे स्वभाव पण जुळत होते सर्वच जण हॉस्टेल ला होते त्यामुळं दिवसा मधील १४ ते १५ तास तरी हे सगळे सोबतच होते . चहा ,नाश्ता ,जेवण सर्व सोबतच . कॉलेज मधील कोणता इव्हेंट असला , कोणता डे सेलेब्रेशन असेल तर ह्या ५ जणांची थिम सगळ्यात उठून दिसायची . म्हणजे आता यांची चांगली गट्टी जमली होती . हे कॉलेज मैत्री आता कॉलेज पूर्ती नव्हती राहिली . ते प्रत्येक सेमिस्टर झाल्या नंतर एका एका च्या घरी जात होते ३-४ दिवस राहत होते माज्या मस्ती करत होते . प्रत्येकाच्या गावात असं काहीतरी वेगळेपण नक्कीच होत जे दुसऱ्या गावी नव्हतं . आणि ते सर्व जण आपलुकींन त्या ठिकाणी जाऊन माज्या करायचे आठवणी साठवून ठेवायचे . असंच जेव्हा पिंकी च्या गावी गेले तेव्हा तिथलं तेंच्या शेतातली जांभळीच्या झाडावरची झालेली जांभळे त्यांना खूप दिवस आठवत होती .आणखी जेव्हा विकी च्या घरी गेलेले तेव्हा तिथं जनावरांच्या शर्यती पाहण्यात त्यांनी खूप माज्या घेतली होती . पंक्या च्या घरी गेली. तेव्हा तिथल्या त्याच्या गावाच्या नदीच्या घाटावरील बागेत गेलेलीत भेळ वगैरे खाऊन माज्या करून बोलत बसले तोच त्यांना कोणाची तरी धन द्याला आलेली लोक दिसले हि मुल कुणाचे ना कुणाच्या तरी गेलेलेच असतात पण पिंकी आणि मोना पहिल्यांदाच बगत होते .

तोच पंक्या म्हंटलं आमच्या इथं जेव्हा जेव्हा धन दिली जाते तेव्हा तेव्हा त्या धन दिलेल्या धुरातून जेव्हा एखादा पक्ष्यांचा थवा जातो तेव्हा त्यातील एक पक्षी कमी होतो ,जेव्हा ते धुराच्या पलीकडे गेलेलं असतात . अशी हि गोष्ट सगळ्यांचाच

चांगलीच लक्ष्यात राहिलेली असते .

बरेच दिवस जातात कॉलेज होत प्रत्येक जण आपल्या कामात व्यस्त असतो . तोच मनू सगळ्यांना फोन करून सांगतो कि पंक्या ने त्याच्या गावी आपल्या सर्वांना आज भेटण्यासाठी बोलवलं आहे . आणि गावाच्या घाटावरती येऊन थांबा असा निरोप आहे असं सगळ्यांना मनू सांगतो आणि सगळे यायला तयार पण होतात कारण खूप दिवस झाले होते भेटून . आपल्या कॉलेज मित्रांना भेटण्याची ओढ सगळ्याच असते . सगळेच जण वेळेत पोहचले जुन्या आठवणी ताज्या करू लागले प्रत्येकाच्या गावी जाऊन केलेली धम्माल त्यांना आठवत होती . बराच वेळ झाला पण पंक्या काही आला नव्हता . सगळेच जण मनू ला मागे लागले अरे आपण एवढ्या लांबून आलो सगळी इकडे हा गातच असून अजून कसा नाही आला . नक्की असं करतोय तरी काय ?कि आपल्याला बोलून स्वतः कामामध्ये अडकून पडलाय . तोच मनू म्हंटलं अरे त्यानं लाईव्ह लोकेशन पाठवलंय यायलाय अचानक काहीतरी प्रॉब्लेम झाला म्हंटला यायलय . बरं म्हंटत परत एकदा सगळे बोलण्यात गुंग जाहले .

तोवर पिंकी ला घाटावरती कोणाला तरी धन द्याला आणलं जात आहे हे दिसलं तिने हे बोलताच सगळ्यांना त्या पक्ष्यांची कथा आठवली पंक्या म्हंटला ते खरेच आहेका आज बघुयात असं म्हणत . अरे पंक्या अजून कुठं अडकून बसलाय असं विकी म्हंटला तोच मनू म्हंटलं हि लोक पंक्या लाच धन द्याला आले आहेत तेवढ्यात विकी न मनू च्या कानाखाली वाजवून काय बोलतोयस समजतंय का तुला ? फालतू बोलायला जमलो नाही आपणं . तसेच मनू गुडग्या वरती पडला आणि ढसा ढसा रडू लागला . सगळ्यांना जोरात धक्का बसला होता . विकी न लावलेल्या कानाखालील आवाज अजून सगळ्यांच्या कानात वाजत होता . सगळेच जण मनू जवळ येऊन ये मन्या मस्करी करत अशील तर बंद कर. पण मनू अरे मी खरे सांगतोय . पंक्या च्या भावाचा मला फोन आलेला . असं झालं आहे आणी आपण सर्व या ठिकाणी असावं हीच त्याची शेवटची इच्छा होती . सगळ्याना धुरातून कमी झालेला पक्षी बघायचा होता . पण नियतीनं या मैत्रीच्या थव्या तुन एक पक्षी नेला होता .

8

"कणिक"

अमर , जुंझार, आणि नितेश (मामा) तीन कॉलेज मित्र मुंबई मध्ये जॉब साठी एकाच फ्लॅट मध्ये रहायला आले . कुणाचंच अजून लग्न झालं नव्हतं . कॉलेज झाल्या नंतर लगेच क्लास करून जॉब च्या शोधात सगळी जाऊन मुंबई मध्ये धडकले . मुंबई मध्ये कोणी उपाशी पोटी मारत नाही हे सगळ्यांना माहित आहे पण तिथं दिवस कसे काढावे लागतात जो तिथं जाऊन सोसतो त्यालाच चांगलं समजत . आता हे सगळे इंजिनीरिंग करून या मोठ्या शहरात जॉब शोधण्यासाठी आलेली . कोणाशी जास्त ओळख नव्हती कोणी तरी रेफरेंस देऊन क्लास लावले आणि अमर चा एक मित्र आधी पासून मुंबई मध्ये होता. त्यान यांना राहण्यासाठी फ्लॅट शोधण्यात मदत केली .

थोड्या दिवसात हळू हळू एक एक जण जॉब ला लागले . एक वर्ष गेले पण कोणी भाडे वाढ वगैरे कारण्यासाठीआले नव्हते . किंवा या तिघांनी या फ्लॅट चा मालक कोण आहे हे पण नव्हते बघितले . हे यांच्याकडे एक अकाउंट नंबर होता त्यावरती मालकाचा फोन आलाकी पैशे भरत असत . असं समोरा- समोर यांचा भेटण्याचा योग् कधी आलाच नव्हता . एवढ्या सगळ्या धावपळीत आता यांना जेवणाची हालत होऊ लागलेली म्हणजे कुणाची कोणती शिफ्ट आहे त्यात मेस मध्ये जायचं म्हणजे खाली जाऊन लांब चालत जावा . एक म्हणजे याना ऑफिस ला जाऊन कंटाळून जायचा त्यात परत जेवण्यासाठी चालत जायचं म्हणजे नको वाटू लागल होत . मग सगळे जण ठरवून एक जेवण करण्यासाठी कोण मेड मिळत्या का शोधात होते . पण काही केल्या त्यांना मेड भेटत नव्हती . शेवटी त्यांना मालकाचा जेव्हा पैश्या साठी फोन आला तेव्हा त्यांनी त्यांना हि गोष्ट सांगितली मालक पण तिकडून बोलला ठीक आहे मी एक बाई पाठवून देतो तुमि

बोलून घ्या तिच्याशी . असं म्हणत आता आपल्याला होणार त्रास कमी होईल आणि घरूनच जेवण मिळेल असं वाटू लागल .

हे सगळं घडत असताना या तिघांपैकि कधीच कोणी एकटं फ्लॅट मध्ये राहत नव्हतं ,म्हणजे जर दोघांची रात्र पाळी असेल तर एक जण दुसऱ्या कुणाच्या तरी रूम वरती जाऊन झोपत असे आणि तिकडूनच तो ऑफिस ला जात असे याच कारण म्हणजे कधी कधी याना भास होते कि आपल्या शिवाय या फ्लॅट मध्ये आणखी कोणतरी नक्की राहतंय. कारण एकदमच काहीतरी पडायचा आवाज येत होता. किचन मध्ये सगळं साहित्य होत फ्रीझ , कुकर , सगळं जेवढं साहित्य जेवण करण्यासाठी लागत होत सगळं साहित्य होत . एकदाची गोष्ट अशी म्हणजे रात्री सगळे जेऊन आले आणि थंड पिऊन किचन मध्ये जाऊन ग्लास नीट लावून आले . आणि नंतर जेव्हा मामा पाणी पिण्यासाठी उठला तेव्हा मात्र किचन कट्ट्या वरती अंडी फोडलेली टरफले होती , मामा ला वाटलं अमर ,जुंझार जिम ला जात्यात मी जोपल्यावरती सकाळ लवकर जाणार असतील आताच शिजवून ठेवली असतील . त्याच पडलं असेल. पण जेव्हा दुसऱ्या दिवशी मामा बोलला कि अरे रात्री नंतर उठून तुम्ही अंडी शिजवत घालून झोपला काय ?. त्यावर जुंझार, अमर ला काही समजना मामा असं का म्हणतोय . तर मामा अरे मी जेव्हा पाणी प्यायला उठलो तेव्हा किचन काट्यावरती अंडी ची टरफलर होती म्हणून तुम्हाला विचारलं . त्यावरती ती दोघे एकमेकांकडे बघू लागली आणि दोघे एकसुरात म्हंटली मि तर झोपलो ते आता सकाळीच उठलोय . मामा ,अमर दोघे मिळून जुंझारला शिव्या घालत म्हणू लागले जुंझ्या झोपेत कायतर करायची सवय तुलाच आहे तूच जाऊन खाऊन झोपत येऊन आणि पडला असशील .

असच एकदा सकाळी मामा ,जुंझार ऑफिस ला लवकर गेले अमर ची दुपारची शिफ्ट होती तो दूध गरम करण्यासाठी ठेऊन गॅस वरती कपडे इस्त्री करण्यासाठी बसला , आता जायचं दुपारी आहे म्हणत त्यानं सगळेच जेवढे कपडे धुतलेली होती तेवढी सगळीच कपडे इस्त्री साठी घेतली . एक एक ड्रेस इस्त्री करत तो घडी घालून ठेवत होता यूट्यूब वरती गाणी बगत बगत त्याची इस्त्री चालूच होत . बराच वेळ म्हणजे १ तास भर झाल्यावर त्याच्या लक्ष्यातआलं कि आपण गॅस वरती दूध गरम करायला ठेवलेल. एकदम ताडकन उठून गेलातर काय दूध आहे तस होत गॅस बंद केलेला . आता मात्र अमर ला घाम फुटला म्हणजे तो आणखीच बुचकळ्यात पडला मधूनच मीच उठून तर गॅस नसले ना बंद केला .? आता हि गोस्ट त्या दोघानं सांगिवेल तर ते दोघे हसतील . शेवटी मनाला पटऊन देल कि मीच मधून उठून गॅस बंद केला असेल. ते माझ्या लक्ष्यात नाही राहिलेलं . एकदा

तिघांची पण शिफ्ट सकाळची होती म्हणून तिघेही सकाळी लवकर आवरून बाहेर पडले . आणि दुपारीच तब्बेत बिघडली म्हणून जुंझार फ्लॅट वरती जायचं ठरवतो . जाऊन निवांत झोपू अशया विचारात जुंझार निघतो . जेव्हा तो फ्लॅट जवळ जातो तेव्हा आतून काहीतरी आवाज येतोय असं त्याला वाटलं त्यानं पण लगेच लॉक काढून आत गेला तर कोणी नव्हतं पण बाथरूम मधून पाणी पडल्याचा आवाज येत होता . यान पण मग आठवलं आज सकाळी शेवटी अंघोळ कोणी केल्या तर मीच केल्या असं याच्या ध्यानात आलं पण पण मी तर चावी नीट सगळं बंद केली होती . आणि बाहेर पडताना कसा काय कुणालाच आवाज आला नसेल . मामा हेन्द्र आहे ते आणि कश्याला तर जाऊन आलं असेल त्यांनचं ठेवली असेल असं त्याला वाटलं पण

या तिघांच्या व्यतिरिक्त तिथं आणखी एक व्यक्ती खरेच राहत होती असं वाटतच होत यांना . आणि त्याच मूळ यांना इथं या फ्लॅट मध्ये मेड मिळत नव्हती किंवा या फ्लॅट चा मालक पण कधी फ्लॅट मध्ये काय चालू आहे हे बगण्यासाठी पण येत नव्हता . पण या तिघांना असा काही त्रास नव्हता . किंवा यांच्या कडून कुणाला त्रास होईल असं पण हे वागत नव्हते .

काही दिवसात रविवार च्या दिवशी अचानक दुपारच्या १२-१२:३० ला बेल वाजली तस तिघे एक मेकांकडं बगत. कोणी काय ऑनलाइन मागवलं असेल त्यानं जाऊन दार उघडाव . कोणीच काही मागवल नव्हतं शेवटी मामा जाऊन दार उगडतो तर समोर एक बाई असते ती म्हणते मालकांनी पाठवलं आहे . हा तर ती आत येऊन जेवनाबद्दल सगळे बोलू लागली . म यांचं ठरत मटेरीअल ते सगळं आमी आणतो तुम्ही फक्त रोज रात्री आणि सकाळी जेवण बनून द्या ठीक आहे म्हणत . यांचं पैश्याच बोलून झालं . म हे उद्या पासून यायला सांगून ,आज मेस मधला हिशेब करून सोडतोय म्हणून सांगून ,आजच पुढच्या आठवड्याचा माल घेऊ असे हे तिघे ठरवतात . म आजच जाऊन माल घेऊन येतात सगळं ,चपाती साठी पीठ, भाज्या ,डाळी . कांदा ,लिंबू ,मसाला , सगळं

सकाळी हे सगळे उठायच्या आधीच बेल वाजते मेड येऊन जेवणाला सुरवात पण करते . यांच आवरे पॅर्यंत जेवण करून मेड निघून जाते . सगळ्याना बर वाटत . कि त्रास कमी होईल वेळ वाचेल आता सगळं म्हणजे एक्सट्रा चा जेवणासाठी जो तिघांचा वेळ जात होता तो तरी आता कमी होईल . मामा ची आज रात्र ची शिफ्ट होती मामा दिवस भर फ्लॅट मध्ये होता ६ च्या दरम्यान मेड येऊन जेवण करण्यासाठी घातले ७ पर्यंत हे दोघेही आले . जेवण झाल्यानंतर . मेड जाताना बोलते जेवण तयार आहे सकाळी पण लवकरच येते . ठीक आहे म्हणत सगळे

जेवायला घेतात. जेवतात झोपतात सकाळी परत बेल वाजते . हे कोणती भाजी पाहिजे हे आधल्या दिवशी सांगत होते. मेड भाजीच बनवण्याच्या च्या नादाला लागली म्हणजे ते शिजू पेर्यंत काल मालवून ठेवलेली कणिक आहे थोडी आणखी माळली म्हणजे चपाती करायला मोकळं आपण . ता ती भाजी ,आमटी ,भात ,घालते . आणि चपाती साठी जेव्हा फ्रीझ उघडून बगते तर काय ? कणिक ठेवलेली तिथं कणिक नसते . आता विचारायचं कुणाला तर बाकी हे सगळे झोपलेत. ठीक आहे म्हणत नवीन पीठ घेऊन ती कणिक बनून चपाती करते . जायच्या वेळेला प्रत्येक जण आपले आवरत असतो . त्यामुळं मेड पण काही बोलत नाही . रात्री आल्या नंतर मामा असतो त्यांना विचारते राञरी कणिक ठेवलेली पण कणिक सकाळी नव्हती ,त्या वरती मामा तर म्हणतो माझी रात्र पाळी आहे चालू. तिकडचं असतो आणखी तास भर म्हणजे जेऊन मीपण निघतो . ते आल्यानंतर त्यांना पण विचार किंवा मी विचारतो . तेवढ्यात ते तेघे पण येतात . त्यांना पण हे दोघे विचारतात पण हे दोघे पण नाही म्हणतात . आणी विषय सोडून देतात . आणि हॉल मध्ये जाऊन बोलू लागतात मेड दुसरीकडे कुठे तरी आणखी काम करत असेल तिथे ठेवली असेल यांनी कणिक फ्रीझ मध्ये त्यांना इथं ठेवला असेल वाटत असेल मला तर वाटतंय असं जुन्ज्या अमरला बोललं होय र आता इथून कणिक कोण कुठं नेणार आहे का . ?आज पण मेड कणिक एक्स्ट्रा करून सकाळची पण कणिक फ्रीझ मध्ये ठेवते . परत सकाळी तेच आता मात्र मेड ला राग येत होता कारण आज पण हे तिघे आम्ही कणिक कश्याला घेऊन उलट मेड लाच खुळ्यात काढायला लागले म्हंटले तुमचं जरा विसरबोळे पण आहे का ?आणखी कुठे काम करत असा तिथे ठेवत असाल कणिक आणि इथं येऊन शोधात असाल . बर ठीक आहे म्हणत मेड आज कणिक ठेवताना तिघानापण किचन मध्ये बोलवते आणि म्हणते बघा तुमच्या समोर आज या तुमच्या फ्रेज मध्ये मी कणिक ठेवली आहे .

मेड ला रात्र भर झोप नाही कारण ती राञरी दुसरीकडं जेवण करण्यासाठी जातच नव्हती. सकाळी आणखी एक ठिकाणी जेवण करण्यासाठी जात होती म्हणून ती यांच्या कडे लवकर येऊन जेवण तयार करायचं असं ठरून रात्रीच सकाळची पण कणिक मळून फ्रीझ मध्ये ठेवत होती . मग कणिक जात कुठं होती हे तिला समजत नव्हते . असं म्हणत सकाळी लोवकरच मेड पोहचते यांच्या फ्लॅट मध्ये . जाऊन आधी काय बघण्याच्या आधी कणिक बगते तर कणिक असते मेड आली आहे म्हणत जितघेही जाऊन कणिक आहे का बाई विचारतात? तर ती आहे म्हणते . म अमर सूर ओढतो बघा आमच्या इथं कालच फक्त तुम्ही कणिक ठेवली आणि ती आहे तशी आहे . त्यावरती मेड म्हंटली अहो पण मी रात्री दुसरीकडं

कुठंच जेवण करायला जात नाही . सकाळी गडबड होती म्हणून मला आठवतंय मी एथीच दोन दिवस आधी पण कणिक बनवून ठेवत होतो पण मग आजच कशी काय राहिली ?असं परत अमर न विचारलं . सोडा करत सगळे आवरून गेले . आज राऋरी पण जेवण करून मेड कणिक फ्रीझ मध्ये ठेवते . पण सकाळी जेव्हा ती येते तेव्हा नसते तिला वाटू लागत हे मुलं मला त्रास देण्यासाठी असं करताहेत आणि ती जाताना बोलते अहो बघा तुम्ही मला असाच त्रास देणार अशील तर तुम्ही दुसरी मेड बघा . पण या तिघाना काही समजत नव्हते मेड नक्की कश्या बद्धल बोल्त आहेत . मामा विचारतो मेड काय झालं नक्की ?. तर त्या बोलतात मी काल राऋरी पण कणिक फ्रीझ मध्ये ठेवली होती सकाळी बगतो तर नव्हती म्हणजे याचा अर्थ काय? तुम्हाला सांगून ठेवतो तेव्हा कशी काय कणिक राहिली . ? सगळेच गोधळात

पडले .

त्यावरती जुंझार म्हंटलं ठीक आहे मी माझ्या कडे ऑफिस मध्ये जे कॅमेरा इन्स्टॉल चे बाकी कॅमेरा एक आहे तो आणून लावूया . २ दिवस बाई तुम्ही कणिक आज राऋरी ठेवा आज राऋरी काय ते समजेल आपल्याला रात्रीफ्रीझ दिसेल असा कॅमेरा लावून . कणिक ठेवण्या पासून रेकॉर्डिंग सुरु करतात . आणि सगळे झोपतात . मेड सकाळी लवकर येते . कॅमेरा तर चालूच आहे . पण आत मध्ये कणिक नव्हती . आत मेड सगळ्यांना बोलावून रेकॉर्डिंग बगूया म्हंटली ,तर त्यात रात्र भर कोणाचीच किचेन मध्ये हालचाल नव्हती . पण फ्रीझ मधली कणिक गेली कुठं सगळ्यांना बघून धक्काच बसला .

प्रत्येक जण विचार करत बसलेलं होते तेवढ्यात अमरच्या आईचा फोन आला कि कोणत्यातरी जवळच्या पाहुण्याचं वर्षश्राद्ध आहे . रविवारी तुला सुट्टी पण आहे आणि सगळ्यांची भेट पण होईल . ठीक आहे म्हण अमर शनिवारी सकाळीच सुट्टी काढून निघाला दुपारी ५ पेर्यंत तो गावात पोहोचला . म अमरलाच भडजी काढे साहित्य लिस्ट आणन्या साठी पाठवतात . दुर्वा , बुक्का , अगरबत्ती , तांदूळ, धने , कणिक असे साहित्य दिलेलं होत . आणखी निरोप होता सकाळी लवकर पूजा सुरु करणार आहेत. दुरीकडे पण एक पूजा आहे त्यामुळे रात्रीच सगळी तयारी करून ठेवावी . सांगितल्या प्रमाण सगळे साहित्य जमा केले होते .

अमर एकदा लिस्ट आणखी एकदा बघून सांग असं त्याची आई म्हंटली लिस्ट मधलं सगळं आहे ग आई. फक्त आता कणिक राहिल्या तेवढी मळून फ्रीझ मध्ये ठेवा म्हणजे सकाळी लवकर पुजा चालू होईल बग. असं म्हणताच अरे असं कुठं करतात होय .

रात्री कधीच कुठं कणिक मळून ठेवत नसतात . त्यावर अमर न विचारलं का ? कारण त्याला आलेला अनुभव फ्लॅट मधले त्याच्या संबधी काही तरी माहिती मिळेल . तर त्यांनी पण सांगितलं अरे आता त्या गुरुजींनी कणिक का सांगितली आहे तर जे आत्मा असतात त्यांना कणिक हे एक दिलेलं शरीर आहे आहे असं ते समजतात म्हणून आतापण ते पूजन करून लगेच विसर्जन करतो जास्त वेळ घरात ठेवत नाही. कणिक मध्ये आत्मा राहूशकतात म्हणूनच तर त्यांना या पूजे मध्ये ठेवतात आणि पूजा झाली कि विसर्जन करतात . अमर ला काही समजायच्या आताच तो बाहेर जातो . जुन्ज्या ला फोन करतो आपण सगळे सोमवारी दुसरीकडं रहायला जातोय . तिथून सगळं साहित्य भरून घ्या उद्या . बाकी सगळं आल्यवरती बोलूं म्हणतो आणि . सगळ्या अंगाला आलेला घाम पुसण्यात मग्न होतो.

9

" सीट"

किशोर एका पायाने अपंग होता ,एका खाजगी कंपनी मध्ये कारकून ची नोकरी लागली म्हणून तो अजमेर शहरात आला . कंपनी आणि किशोर ची राहण्याची सोय थोडी लांब होती. म कमावरती तो S .T ने जात होता . रोज त्याला हर एक प्रकारची लोक भेटत होते , कधी बसण्यासाठी जागा भेटायची कधी भेटत नव्हती , काहीजण किशोर अपंग आहे म्हणून त्याच्या चेहऱ्याकडे बगुन त्याला बसण्यासाठी जागा देत होते . पण किशोर ला हे आवडत नव्हते , त्याला कुणाच्या सहानभूती वरती जगायला नको वाटत होत , त्यान त्याची जी परिस्तिथी आहे ते मान्य केलेलं, म्हणजे आपण अपंग आहोत म्हणजे आपली खूप मोठी चूक झाली आहे असं काही नाही , इतरांपेक्षा मला तर फक्त एका पायाला त्रास होते , त्यामुळ मी काही मागे नाही राहू शकत . कारण तो या परिस्थिती मध्ये नोकरी करत होता . त्यानं ठरवलं असत तर तो पण कुणाच्या दारात जाऊन रोज भीक मागून खाऊ शकला असता . लोक पण बिचारा म्हणत मदत पण करतील पण हेच तर किशोर ला मान्य नव्हतं . त्या साठी तो एवढी धडपड करत होता .

रोज तो कंडक्टर च्या सीट च्या शेजारी बसत होता बऱ्या पैकी लोकांना ,रोजच्या जाणारे - येणारे तेच लोक असत त्यामुळं हि सीट त्याची फिक्स झालया सारखंच होत . कारण तेच लोक त्याच वेळेला कमावरती जात होते तेच बस ड्राइवर कंडक्टर पण तेच . कधी कधी नवीन प्रवाशी असेल तर मात्र याची जागा जायची पण त्या साठी तो कधीच वाद घालत नव्हता किंवा मी अपंगआहे मला सीट पाहिजेच . कारण मोठ्या शरहा मध्ये बगतोय ज्या नगर पालिका कडून बस सेवा असते त्यामध्ये एक बाजूला महिला राखीव असतात तर एक बाजूला पुरुष त्यात पण वृद्ध पुरुष ,वृद्ध महिला . एकदा असं झालं बस फुल्ल होती एक वृद्ध पुरुष

पुरुष्यांच्या बाजूला सीट नव्हती आणि महिला बाजूला एक सीट पाठीमागे मोकळी होती म्हणून ते गृहस्थ तिथे जाऊन बसले , सिटी बस ला दोन दरवाजे असतात मागून चढण्या साठी आणि पुढून उतरण्यासाठी , जेव्हा पुढच्या स्टॉप वरती एक महिला तरुणी नुकताच लग्न झालं असावं चढली आणि ते गृहस्थ बसलेलं बघून तिचा चांगलाच पारा वाढला . ती सरळ सरळ इथून उठा हि महिला राखीव सीट आहे . असं म्हणत त्यांना उठवायला पुढं झाली . आता हे सगळं किशोर डोळ्यांनी बगतच होता . ते गृहस्थ पण वाद न घालता उठले तोवर किशोर ने उठून त्यांना आपली सीट दिली .

पण ती जी महिला होती तिला कोणी तरी गालावरती चपराक दिल्या सारखी हालत झाली कारण एक अपंग आपली सीट देऊ शकतो तर एक महिला थोडा वेळ उभं राहू शकत नाही .हे सगळे अनुभव किशोर ला शहरात गेल्या पासून येतच होते . मान्य आहे नोकरीच्या ठिकणी काम करून प्रत्येकजण कंटाळून जातो पण याचा अर्थ असा नसतो कि आपली संस्कृती विसरून जाणे .

दिवस जात होते एक दिवस कमावरती जाताना बस मध्ये खूपच गर्दी होती आणि याच्या रोजच्या सीट वरती एक महिला बसली होती . पण तीच ऑफिस जवळच होत आणि ती उतरणाचं होती ती उतरल्यानंतर किशोर तिथं जाऊन बसला . पण तो पर्यंत पुढच्या स्टॉप वरती एक प्रेग्नेंट / पोटुशी महिला बस मध्ये चढली . तिच्या कडे बघून कुणालाही वाटेल हि बाई बस ने प्रवास का करत आहे कारण दिवस भरत आले असावेत असं वाटतच होत , म्हणून मागे जाण्याचा त्रास नको त्या महिलेला गर्दीतून आणि पुढच्या स्टॉप वरती तर ऑफिस होत किशोर च म्हणून किशोर उठून तिला बसण्यासाठी जागा करून दिली , आणि बस मधील पायरीवरती वरती उभा राहिला सिटी बस ला दरवाजे नसतात . कारण बस स्टॉप वरती जास्त वेळ थांबत नसते .

आता स्टॉप आला म्हणून किशोर आणखी खालच्या पायरीवरती जाऊन उभा राहिला तेवढ्यात त्या बाई म्हणजे ज्या बाई ला किशोर ने बसण्यासाठी जागा दिली होती . तिने किशीर ला जोरात लाथ घालून खाली पाडले चालत्या गाडीतून . किशोर बस मधून खाली पडला काही समजायच्या आत थोडीच पुढं गेलेली बस चा मोठा स्फोट होतो .

"स्फोट त्या बाई नेच केलेला असतो ती बॉम्ब घेऊनच चढलेली असते किशोर ने फक्त बसायला जागा दिली म्हणून तिला त्याचा जीव वाचवू वाटला "

10

"रेखा -१"

पुण्यात जॉब करत करत राहुल तिथेच कायम स्वरूपी राहायचा विचार पक्का करून तो आणि त्याची बायको दोघे मिळून फ्लॅट घ्याव्या असं ठरवून फ्लॅट च्या शोधात होते . बरेच दिवस त्यांना काही मना सारखा फ्लॅट मिळत नव्हता . एखादा पसंद पडला तर तिथला परिसर याना पसंद पडत नव्हता किंवा मी ऑफिस पासून खूपच लांब आहे असं काहीतरी व्हायचं जेणे करून त्यांना फ्लॅट तर आहेत बगुन होते पण काहीतरी कारण निघायचं आणि घ्याच कॅन्सल व्हायचं .

गावाकडे आई वडील दोघेही गव्हर्मेंट जॉब प्राध्यापक होते ते आता निवृत जाहलेल . पण त्यांना पुण्या सारख्या शहरात राहण्या साठी कस जमेल का हा एक विषय राहुल च्या मनात होताच . एक वेळी काहीतरी कार्यक्रम साठी गावी आलेला राहुल न रहावुन बोलला आई बाबा आता इथं एकटं राहण्या पेक्ष्या सगळंच आपण पुण्यात राहूया तिथंच नवीन फ्लॅट घ्याचं म्हणतोय मी . तेवढ्यात राहुल चे बाबा म्हंटले . अरे आम्हाला इकडं निवांत मोकळ्या हवेत रहाण्याची सवय लागल्या तिथं नेऊन डांबून ठेवायला तुला आवडेल काय ? अहो तस नाही बाबा म्हणत राहुल बोलला अहो इकडं आता कोण आहे . एखाद्या वेळी काही गरज पडली तर कोण आहे का बगायला ?, म आताच सर्व काही चांगलं आहे तो पेर्येंतच आपण तिथे सेटल होऊया .

पण एकदा दोन वेळा हे प्राध्यापक आपल्या राहुल कडे जेव्हा राहायला गेले थोडे दिवस सुट्टी म्हणून पण यांचा जीव गुदमरला सारखा झालेला . गावात निवांत कामावरून आलं कि तास भर जुने मित्र , विध्यार्थी , यांच्या सवयी लागलेल्या त्यांना . निवृत झाले तरी ते गावातील मुलांसाठी नवीन काही करता येत का या कडे ते लक्ष्य देऊन असत . किंवा कुणाला आर्थिक मदत हवी आहे का कि जेणे करून

कोणी पैश्या मुळे शाळा नाही सोडली पाहिजे . थोडक्यात राहुल चे बाबा म्हणजे दिलखुलास व्यतिमत्व आणि त्याच्या आई ला पण त्यांना प्रत्येक गोष्टीत मदत किंवा एखादा सल्ला पाहिजे असला तर ते दोघे अजून पण मिळून काम करत होते . म्हणजे या दोघांना समाज्या सोबत राहण्याची सवय झालेली एक दोन दिवस जरी याना तस नाही झालं म्हणजे बाहेर जाऊन बोलणं मुलांच्यात राहून तर यांचा जीव गुदमरत होता . त्या अनुभवावरून तर त्यांनी राहुल ला पुण्यात रहाण्या वरून साफ नकार दिलेला . आता राहत होते ते घर छोटे आणि फार जुने पण होते . बाबांचा विचार चालू असतो इथंच नवीन घर बांधूया तर आई च मत असत एवढ्या जागेत कस होईल घर दुसरीकडे जागा घेऊन बांधूया घर हे आहे असच असुदे .

म्हणजे घरच्या बाबतीत प्रत्येकाचे विचार वेगळे होते . म्हणतात ना आपण विचार करेल ती गोष्ट आपल्या समोर येतेच आणि तसेच झालं थोड्याच दिवसात शांताराम सावकार चा जुना वाडा विकायचा आहे असं बाबा ना समजलं . वाडा जुना म्हणजे सगळं पडलेलं नुसता उभ्या भिंती होत्या . राहुल च्या बाबाना त्यांच्या लहान असतानाचे आठवले . तेव्हा संपूर्ण गावात एकच एवढं मोठ्ठ घर होत . वाड्यातूनच गावाचं राजकारण चालायचं . बाबांची एक आठवण होती त्या वाड्या सोबत . म्हणजे गावात यात्रा भरलेली असताना पालखी शांताराम सावकार च्या घरातून गावाला वेढा घालून देवळात नेली जायची . त्या वेळी ते तिथं गेलेले पूर्ण वाडा बगुन त्यांचे तेव्हा डोळे विस्फारलेले होते . पण त्यांना तिथे एक गोष्ट समजून आली कि सावकारान एका खोलीला भलं मोठ्ठ कुलूप लावलेलं . आणि त्या दिवशीच सगळ्यांनी ते बघितल्या सारखं प्रत्येकाच्या थोंडात तोच विषय चालू होता .

कोणतरी कुजबुजत होत काल वाड्यातून वाद झाल्यासारखा मोठ्यानं आवाज येत होता . नक्की मात्र काय झाल्या हे कोणाला च माहित नव्हते . थोड्याच वेळात त्या दारातून एक आवाज आला तो आवाज शांताराम ची मुलगी रेखा चा होता . म्हणजे सावकारानं आपल्या मुलीला डांबून ठेवलं आहे हे सगळ्यांच्या लक्ष्यात आलं . सावकाराची मुलगी आता लग्नाला आली होती . पण असं डांबून ठेवण्या सारखं काय झालं असेल . ह्या विचारात सगळे होते .

नंतर सावकारानं रेखा आजारी आहे म्हणून सांगितलं सगळ्यांना पण सगळ्यांना यावरती विश्वास बसत नव्हता . आजारी आहे काळजी घ्याची सोडून तिला डांबून ठेवण्या पाठीमागचा कारण काय आहे हे प्रत्येकाला नवल वाटू लागलं . पालखी निघली पण पूर्ण गावात आणि यात्रेत हाच विषय चालू होता . कोणतरी म्हणत होत तिला बाहेरच लागलं आहे . कोण म्हणत होत ती खुळी झालेली आहे

म्हणून सावकारानं तिला डांबून ठेवलं आहे . तर कोण म्हणत होत प्रेम प्रकरण आहे म्हणुन तिला डांबून ठेवलं आहे . आताच कोणाचं खरे आणि कोणाचं खोटे मानणं समजत नव्हते . प्रत्येक जण आपल्या विचारानुसार तर्क लावत होता . सावकाराची मुलगी शिकलेली त्यामुळं ती ला खूळ लागण्याची शक्यता कमी होती कारण दिसायला सुंदर आणि हुशार होती . आता बाहेरच काय लगीर व्हायला तस गावात आधी कधी कुणासोबत नव्हतं झालं त्यामुळं त्यावरती पण विश्वास बसत नव्हता . आता राहता राहिला प्रेम प्रकरण तर ती मुलगी रेखा कधी वाड्यातून बाहेर पडलीतर तिच्या सोबत नक्कीच कोणतरी असायचं . त्या मूळ त्या बद्धल पण शंकाच होती .

दोन तीन दिवसान गावात राहणार विजय कि जो सावकाराच्या त दिवाणजी म्हणून कामाला होता तो गावात दिसत नव्हता तर सगळ्यांना शंका आली कि विजय ला सावकारान गायब नसेल केलं त्याची मुलगी आणि विजय च काहीतरी चालू असेल तर रा रागातून त्यानं रेखा ला डांबून आणि विजय चा काटा तर काढला नसेल ना ?अश्या चर्च्या गावात सुरु झाल्या . सावकार जे लोक पैशे घेऊन शेती जमीन घाण ठेवायचे त्यांना जाच करायचा पण कधी जीवे मारल्याची घटना त्याच्या हातून घडलेली नव्हती पण काय सांगावं मुलगीच्या असल्या वागण्यानं आपला राग अनावर जाहला असेल तर ....

सावकाराच्या घरातली मंडळी पण शांत होती म्हणजे अस कायतर असत तर निदान घरातल्या गडी माणसाला तर काहीतरी समजलं असत . गावातील लोकांनी सावकाराच्यात कामाला जाणाऱ्या लोकांना पण विचारलं कि वाड्यात कधी या १०-१२ दिवसात वाद होण्याचं काय कारण माहित आहे का ? तर कुणालाच काही माहित नव्हतं . अचानक एक दिवस गावात S . T येऊन थांबली आणि त्यातून विजय उतरला . काही लोक शेतात जात होते काही लोक येत होते तर सगळ्यांना धक्का बसला विजय तर जिवंत आहे . तेवढ्यात सगळ्यांनी वेढा घालून विजय ला विचारला विजय तू एवढे दिवस कुठं गेलतास ? विजय एक दम दचकून म्हंटलं सावकाराच् शहरात थोडं काम होत ते मी करण्यासाठी गेलेलो पण तुम्ही लोक मला असं एवढं का विचारत आहेत . थोडीच मी एवढे दिवस बाहेर थांबलोय याच्या आधी कितीतरी वेळा बाहेर गेलोय आणि किती तर दिवस बाहेर थांबलोय पण असं काय झालं कि मी कुठे होतो हे सगळ्या गावाला जाणून घ्याच आहे . सावरून विजय ला शंका आली नक्कीच गावात याच्या नावानं कायतरी बॉम्ब फोडला आहे कुणी तरी . तसाच विजय थेट सावकाराच्या घरात गेला तो एका जमिनीच्या व्यवहार साठी शहरात गेलेला त्या व्यवहाराची कागद पत्रे त्यानं

सावकाराच्या सुपूर्द केली . आणि तो त्याना म्हंटला गावातली लोक मला गाडितुन उतरल्या नंतर खूप वेळ विचारत होतात अरे विजय कुठे होतास सावकार गावात काय झाल्या काय . ?

मग सावकाराच्या लक्षात आलं कधी न येणारी पण लोक वाड्याकडे येऊन गेली आहेत या १०-१२ दिवसात काहीतरी कारण काढून . आणि लोकांनी तर्क लावला मुलगी च्या पाई सावकारानं विजय चा काटा काढला . सावकारानं डोक्याला हात लावला .

आता मात्र रेखा ला डांबून का ठेवलं असेल या मागचं रहस्य कोणालाच समजत नव्हतं . विजय शहरातील एका मांत्रिकाला बोलावणं धाडून आलेला .कि सावकाराची मुलगी एकटीच बोलत असत्या नक्की काय झाल्या कोणालाच समजत नाही आहे . तरी आपण येऊन आपल्या हातून काही करता आलं तर बर होईल असा सर्वकारांचा निरोप आहे . त्या वरती ते पण तयार झाले होते २ दिवसात येतो म्हणून सांगितलं होत , ज्या दिवशी ते मांत्रिक आले . त्यांना सावकार गुरुजी म्हणत . सावकारांनी त्यांना चहा पाणी साठी आपल्याला खाजगी खोलीत बोलून घेतलं म्हणजे तिथं फक्त ते गुरुजी आणि सावकार होते . चहा घेत घेत गुरुजी म्हंटले याच्या आधी कधी असं झालेलं? नाही म्हंटले सावकार . बरं तुमच्या घरात कोणाला आधी असा त्रास झाला आहे का ? या वरती पण सावकार नाही म्हंटले . म सावकार म्हंटले माज्या माहिती नुसार हि मुलगी आमच्या कुळातील पहिली मुलगी आहे . याच्या आधी कुणाला मुलगी आहे आमच्या घरात असं कुठं बघितलं पण नाही आणि कुठं वाचलं पण नाही किंवा कोणी सांगितलं पण नाही . त्यामुळं काही त्रास होत आहे का गुरुजी ? त्या वर गुरुजी शांत बसून विचार करू लागले . मग ते बोलले मला वाटत हा कसला तरी शाप आहे . त्या वरून सावकरांना आठवलं आमची आजी नेहमी आजोबाना शाप आहे असं म्हणत होती काही कारणा वरून वाद सुरु झाला कि तीच सुरु व्हायचं शाप आहे तुमच्या मग नका काळजी करू . म्हणजे नक्की काय आता कुणालाच माहित नव्हते . आणि कोणता शाप आहे आणि त्या साठी काय करायला लागणार आहे कुणाला नव्हतं माहित .

11

"रेखा -२"

सावकाराला त्याचे घरातील सर्व ठिकाणी काही सापडत का पाहण्यासाठी गुरुजींनी सांगितलं . आणि एक पूजा घालून ते गुरुजी काही सापडलं तर निरोप द्या लगेच निघतो असं सांगून निघतात . सावकाराला पण आता चैन पडत नव्हता कि आपल्या घराला नक्की काय शाप आहे का कोणी ठरवून काही तरी करत आहे . ते विचारात होते. लगेचच त्याच दिवशी एकेक खोली पूर्ण साहित्य ,जुन्या पेठ्या ,जुनी कागद पत्रे एकेक कागद चाळून काढत होते वाचत होते , कुणी तरी काहीतरी त्या शाप बद्दल लिहून ठेवलं आहे का याच्या बद्दल सावकाराच्या डोक्यात पण धुमाकूळ घातलेला . त्यात गावकरांच्या तोंडात काय ओळ चालू होत याचा पण सावकार वरती फरक पडत होता . आणि या गोष्टी मध्ये तो कुणाचेच तोंड बंद करू शकत नव्हता . गावात भलत्याच चर्चा चालू असल्याची माहिती सावकार पर्यंत जात होती . पण सावकार आता घरातून बाहेर पण पडत नव्हता . त्याला आता एकाच गोष्टीचा ध्यास लागूनि राहिलेला तो म्हणजे आपल्या घराण्या वरील तो शाप . कोणी दिला असेल आणि का दिला असेल .

असच एकदोन दिवस शोधा शोध करत असताना सावकाराच्या आजीच्या खोली मध्ये खुपजुनी पेठी खाली शोध सुरु होता . तेव्हा वरून माळ्या वरून खाली पडली आणि त्यात बरेच कागद पत्रे सापडली , पण ती सर्व मोडी लिपी मध्ये होती त्यामुळं ती सहज समजतील असं सावकाराला वाटत नव्हतं . आपला दिवाणजी ला बोलून त्यांनी मोडी लिपी कळत असलेल्या एक दोन जणांना पगारी बोलवून घ्यायला सांगितले . काही कागदपत्रे आहेत त्याचे मजकूर मराठी मध्ये तयारकरून द्याचे आहेत असे सांगून दोघांना विजय वाइया वरती घेऊन आला ते दोघेही परगावचे होते त्याच्या जेवण खान सगळंच वाइयावरती करायचं ठरलं

. एक एक कागद काढून ते वाचून त्याचा अर्थ सावकाराला सांगत होते एकेक कागद मराठी मध्ये तयार होत होता . परंतु आपल्याला पाहिजे ती माहिती मिळेल का नाही याच विचारात सावकार डोळे लावून बसले होते . त्यात कागद पण खूप जुने होते जीर्ण झालेले . त्यामुळे त्या लोकांना पण काही नीट समजत नव्हते काम महत्वाचे होते . ते दिवस दिवस बसून कागद वरील मचकूर वाचून मराठी मध्ये लिहीत होते . आणि त्यांना कागद मध्ये गुंडाळून त्यावरती लाल कापड लावून त्याला त्याच कापडाच्या लांब सडक नाडी काढून बांधलेले पण पोथी सारखं काहीतरी तळाला सापडलं . तिथं बसलेले सावकार दिवाणजी आणि दोघे जे मजकूर मराठी मध्ये लिहून काढत होते .

या सर्वांचे डोळे एकदम मोठे झाले नक्कीच याच्या मध्ये आपल्याला काहीतरी सापडेल , तस सावकारांनी त्या जे दोघे कारकून होते त्यांना सांगितलं मला जो मजकूर पाहिज आहे तो या मधेच नक्की असेल तुम्ही मला सांगण्यात वेळ वाया घालू नका तो पट पट लिहून काढा . आणि मगच मी वाचून काढतो . त्या प्रमाण त्यांनी ते पोथी प्रमाणे दिसणारी गुंडाळले कागद वरती काढले. कागद बघून त्या दोघांना वाटलं कि हे कागद इतके जुने आहेत कि किमान १५० वर्ष तरी झाली असतील . त्यांनी ते कागद नीट सांभाळून हाताळत मराठी मध्ये लिहून काढत होते . ते शेवटी कारकून त्यांना त्यातील मजकुराशी काही देणंघेणं नव्हतं . तरी त्यांना पण सावकारच वागणं बघून त्यात असं काय आहे तरी हे जाणून घ्यायची ओढ लागली होती . जस जस लिहून काढत होते काही साधीच कागद पत्रे आहेत अशी वाटत होतीत पण नंतर हळू हळू त्यांना सुद्धा घाम फुटू लागला . त्याचे कारकुणकी करणारे हात हळू हळू चालू लागले , नक्कीच मजकूर काही तरी गंभीर होता ते दोघे एक दुसऱ्या कडे बगत कधी एकदा ते सगळं काम संपवतोय असं झालं होत.

शेवटी त्यांनी आहे तो मजकूर मराठी मध्ये लिहिला . आणि या दोघांना पण माहित नव्हते कि सावकार कोणत्या कारणासाठी हा सगळं मजकूर मराठी मध्ये घेत होता. पण जेव्हा हे दोघे जेवण्या पाण्या साठी बैठकीच्या खोलीत जात होते तिथं येणारा रेखाचा आवाज कानावरती पडायचा, पण यांनी काही विचारलं नव्हतं पण जेव्हा त्यांनी या पोथी मधील मजकूर वाचून त्याचे मराठी मध्ये लिहून काढलं होते तेव्हा त्यांना सगळं विषय समजला होता . गडबडीतच त्यांनी तो मजकूर लिहलेली कागदे सावकाराच्या हातात दिली आणि एकदाचं मोकळे झालो म्हणत ते तेथून निघून गेली , कारण त्यांनी स्पस्ट सावकाराला सांगितलं होत तुम्ही ज्या कारणासाठी एवढी कागद पत्रे चाळत आहेत , आम्हाला तरी आता वाटतंय कि हे

जे आता आम्ही तुम्हाला कागद देत आहोत त्यातील मजकुरच आपल्याला हवा होता आणि वाचून लवकरच काहीतरी हलचाली करा . आम्ही निघतो .

या कारकूनांचे हे बोल एकूण सावकाराच्या पण पायची जमीन सरकली होती . त्याची ती कागदे लगेच हातात घेऊन ते आपल्या खाजगी खोली कडे गेले .

काही दिवसात गावात समजलं कि सावकाराची मुलगी रेखा नाही राहिली . आणि एकंदरीत सगळ्यांनाच याचा धक्का बसला होता . आणि सावकारला कळून चुकलं आपण मागचे पूर्ण शोधात बसलो आणि आता आहे ते जायची पण वेळ आली . कोणतीच गोष्ट मनासारखी घडत नव्हती प्रत्येक गोष्टी मध्ये नुकसान आणि त्रास असा ठरून असल्या सारखं होऊ लागलं होत ,आणि आता सावकाराला त्या शापाची दाहकता समजत होती . काहीच दिवसात सावकाराची अर्धांगिनी पण देवा घरी गेली या सर्व गोष्ठी सावकार त्या शापाशी जोडत होते आणि ते एका बाजूने पाहता बरोबर होते कारण , आपल्या द्यानात नसताना गोष्टी घडत असतात तेव्हा आपण आपलं नशीब म्हणतो पण जेव्हा आपल्या वरती संकट आहे हे माहित असून एखादी वाईट गोष्ट घडते तेव्हा मात्र खूपच त्रास होतो ,असच आता सावकाराच्या बाबतीत घडत होते . काहीच दिवसात भीतीने सावकाराची पण तब्बेत बिघडली आणि एके दिवशी तो पण बेपत्ता झाला . गडी -कामगार सावकार कोठे तरी बाहेर गावी गेले असतील झालेल्या सर्व गोष्टी बद्धल कुणाशी तरी बोलण्यासाठी पण महिने झाले तरी कोणी परत हि नाही आले आणि काही निरोप पण आला नाही आणि त्यांना तिथे भास होत होते कोणी तरी आवाज देतंय. शेवटी भीतीने ते पण काम सोडून दुसरीकडे कामाला लागले.

जस जस दिवस जात होते तस तस तो वाडा आता खंडहर होत चालला होता . जवळ जवळ या सर्व गोष्टी ला आता ३०-३५ वर्षे होत आली होती .

प्राध्यापकां ना वाडा विकायचा आहे हे समजल्या नंतर ते सहज जाऊन येऊ अश्या विचाराने तिथे गेले होते . वाड्यात प्रवेश करताच जोरात हवेची झुळूक आली तशी त्यांच्या अंगावरती काटाच उभा राहिला . आता आलोच आहोत तर बघून जाऊ . त्यांना त्या पाठी मागच्या गोष्ट आठवत होत्या , जेव्हा पालखी सोबत ते इथं आले होते , आणि घडलेला प्रसंग पण डोळ्या समोरून गेला आणि रेखाचा ओरडणारा आवाज त्याच्या कानात आला . तस ते भानावरती आले . आणि आत मध्ये जाऊन फिरू लागले काही ठिकाणी भिंतीच राहिल्या होत्या, म्हणजे जरी विकत घेतला हा वाडा तरी या वाड्यात राहण कठीण होत हा वाडा पाडून इथं दुसर घर बांधूनच राहण भाग होत . हे सगळे विचार करत करत ते आत जात होते . आणि त्यांना लांबून एक लहान पेटी दिसली त्याला छोटा कुलूपही होत . त्यांनी

कुलूप फोडून पेटी उघडली आणि पाहतात तर काय त्या मध्ये कागदांचा एक गठ्ठा होता . काहीतरी असेल असं म्हणत ते थोडं थोडं वाचत होते आणि त्याच्या चेहऱ्या वरती पण भाव बदलून गेले . बराच वेळ बसले होते ते वाचत , शेवटी अंधारून आल्या मुळे दिसायचे बंद झाल्या नंतर तेथून ते उठले आणि तो कागदांचा गठ्ठा सोबत घेऊन गेले . आणि घरी जाऊन वाचू लागले

एवढं उत्सुक होणं सहाजिक होत कारण त्या मध्ये पहिल्याच ओळीत म्हणजे सुरवातच जेथे कुटुंबा पासून झालेली आणि त्यांना एकूण माहित होत आपले पूर्वज खूप श्रीमंत होते पण त्यांची श्रीमती वाईट सवयी याच्या मुळे लयाला गेलेली .पण जेव्हा त्यांना या कागदांचा गठ्ठा सापडला होता तेव्हा पासून त्यांना काय झालं आहे पूर्वी हे समजायला लागलं होत . त्यांनी वाचायला सुरवात केली जेथे गावचा कारभार पाहत होते राजे महाराजे पासुन या घराण्यात वतन दारी होती म्हणजे गर्भ श्रीमंत होते हे घराणे . पण एक दिवशी घात करून जेध्यांचे जे दिवाणजी होते त्यांनी किरणसिंग जेधे यांचा काटा काढला . आणि त्यांच्या आय बहिणीची आब्रू लुटून त्यांचे घरदार शेत जमीन सगळंच लुबाडून घेतलं. रोज अत्याचार करत होते आणि जे दिवाणजी होते ते सत्यवान पुढे सावकार म्हणून गावात हुकूमत चालवत होते जेध्यांची तरुण मुलगी त्यांनी आपल्या सोयी साठी जिवंत ठेवली आणि जेध्यांची सून कशी बशी आपल्या लहान मुलाला घेऊन यांच्या तावडीतून सुटली होती . जी जेध्यांची तरुण मुलगी होती तीच नाव रेखा होत आणि दिसायला अप्सरा पेक्ष्या कमी नव्हती येन वयात आलेल्या मुलीवरती असले अत्याचार चालू होते . कोणी बोलणार उरलं नव्हतं . रोज गावात अत्याचार चालू होते जमिनी लुटत होते आपल्या नावावरती करत होते ,जबरदस्ती चालू होते . सत्यवानची बायको सगळं चुकीचं चालू आहे हे माहित होत पण काही बोलू शकत नव्हती . आणि शेवटी मरायचा आधी तिनेच हे सगळं लिहून ठेवलं होत .

अत्याचार पाहून रेखाला जीव नकोस झाला होता ती रोज सत्यवानाला वाईट बोलत होती तुज्या ह्या चुका तुज्या पिढ्यान पिढ्या भोगत राहतील . आणि तस झालं हि कोणी हि त्यांच्या पिढी मध्ये चांगल आयुष्य जगलं नव्हतं प्रत्येक जण वासनांच्या आहार जाऊन आपलं आयुष्य बरबाद करून घेत होते . आणि एक दिवशी रेखा कंटाळून सत्यवानाच्या पुढेच आत्म हत्या करते आणि शाप देते . तुज्या घरात कधीच लक्ष्मी जन्म'नाही घेणार आणि जरी घेतला जन्म तरी तुजा वंश बुडून जाईल . तू स्त्री ला जेवढा त्रास देतोयस तेच एक दिवस तुज्या कुल बुडियाचा कारण होईल . आणि तिने जीव सोडला . यांच्या कचाट्यातून सुटलेली सून आपल्या लहान मुलाला कुठं तरी आपली ओळख लपून सांभाळ करत होती

थोडे दिवस. आणि एक दिवस नियतीनं त्यांना परत त्याच गावात आणलं होत पण तेव्हा त्या जेध्यांच्या सुनेला ओळखणार कोणीही शिल्लक नव्हतं आणि सावकारच घर आता गुंड सांभाळून होते त्यांच्या विरोधात जायची तिची पण इच्छा नव्हती तिने मग आपला मुलगा आणि आपण करत वंश वाढवला. ती होती तोवर तरी तिने कुणालाच या सगळ्या गोष्टी बद्धल कुठे वाच्यता केली नाही.

पण सावकाराच्या बायकोनं मारायच्या आधी सगळ्या गोष्टी लिहून काढल्या आणि या गोष्टी हळू हळू त्यांच्या घरात सर्वांना काळा नुसार समजत होत्या. शेवटी प्राध्यापक रात्र जागून वाचून काढलेला गठ्ठा बाजूला ठेवतात आणि झोपण्याचा प्रयन्त करतात.

पुढे यांनी तो वाडा विकत घेतला त्या ठिकाणी आलिशान बंगला बांधला , राहुल आणि त्याची बायको बाळंत पणा साठी गावी आलेले . शुभ वार्ता आली मुलगी झाली सहाजिकच प्राध्यापक तिला लाडानं " रेखा " म्हणतं .

12

"वळिव"

मे महिन्यातला उन्हाळा म्हणजे नुसता आग ओकत असल्या सारखं वाटत होत . एवढं ऊन आहे म्हणून कोणी काम सोडून बसून राहू शकत नव्हतं . असल्या उन्हात हळदीचं बी आणण्या साठी सांगलीला गेलो होतो . ऊन कमी येत म्हणत म्हणत ३ वाजता घरातून निघालो तरी ऊन काही कमी आल नव्हतं . मार्केट ला रोजच्या सारखी गर्दी होतीच . कोण शेती माल व्यापाऱ्या कडे विकण्यासाठी आलेले तर कोण तेथून माल विकत घेण्यासाठी आलेली . अशी सगळ्यांची रेलचेल चालू होती , मधेच ते बैलगाडी वरून माल वाहतूक करण्याऱ्या गाडे , हमाल यांचा दंगा . तिथीच कोपऱ्या वरती खूळ -खूळ आवाज करत असलेला उसाच्या रसाचा गाडा दिसला. तिथं तर तुफान गर्दी झालेली एवढ्या उन्हात जीवाला गार करणारा त्याचच उसाचा रस आणि त्यात तो टाकत असलेले बर्फाचे दोन तीन खडे . तिकडं निघालोच होतो तोवर मला आमचे शेजारचे किसन तात्या दिसले . ते गडबड करत निघाले होते . मी त्यांची वाट अडवत विचारलं काय तात्या ? कसली गडबड आहे एवढ्या उन्हाची . तात्या म्हंटले अरे तू का आल्यास आधी सांग मी म्हंटल मी हळद लावायचं म्हणतोय खालच्या पट्टीत मी त्याच साठी हळदीचं बी न्याला आलो आहे . हो का ? आहे दादा पाटील म्हणून आहेत बग पुढल्या चौकात , बरं म्हंटल चला जरा गर पिऊया . ते नाहीं म्हणटले तरी पण मी त्यांचा हात धरून पलीकडं आणलाच त्या गाड्या जवळ . दोघांनी बसून अर्धा लिटर रस पिला , आमच्या कडे ग्लास एवढा रस पिऊन पिल्या सारखं वाटत नाही . त्या मूळ सरळ अर्धा लिटर घ्याचा आणि मनसोक्त पायच . तात्या जरा जास्तच गडबड करत होते . त्यांनी रस पिऊन बर मी निघतो तू ये आवरून तुज काम . असं म्हणत जाता जाता रसाच्या बिलाचे पैशे पण देऊन गेले . मी जेव्हा बिल द्याला किती

झाले? विचारले तेव्हा तुमच्या काकांनी बिल देल आहे असं सांगत त्यानं घेण्यास नकार दिला . बघा दुनिया लुबाडायला बसलेली असताना हातावरचे पोट असणारे मात्र माणुसकीच दर्शन घडवतात , आणि जगात माणुसकी कुठं शिल्लक असेल हे बघायचं असेल तर एकाद्या गरीब -होतकरू व्यक्ती बरोबर तुमची भेट झाली पाहिजे तेव्हाच विश्वास बसेल . नाही तर एखाद्यानं दोघं कडून हि घेतले असते पैशे कोण येत परत विचारल्या आणि आलं तरी कोण ओळख दाखवत .

मी तसेच तात्या न सांगितलेल्या दादा पाटील ट्रेडर्स मध्ये गेलो तिथे बाहेरच हळदीचं बी ठेवलं होत सेलम आणि राजापुरी प्रकारचे बी होत . सगळीकडे सेलम च करतात आमच्या भागात त्यामुळे घ्याच कोणतं आहे हे ठरवलेलंच होत . आता त्यात दोन तीन प्रकारचे किमती करून ठेवलेली होते , कोंब आलेलं , कोंब न आलेले , लहान मोठे असं . आता पहिल्याच वर्षी करायची म्हणून मी चांगले बी घेतले . बिल करता वेळी दिवाणजी ला बोललो अहो किसान तात्या नि इथूनच घे म्हणून सांगितलं आणि म्हणून इथून घ्याला आलोय ते पण इथूनच घेत होते .आणि हळद तुमच्या कडेच विकायला पण असते त्यांची . हा म्हंटला आलेले आज . काही अडचण आहे का त्यांना पैशे मागण्या साठी आलेली . हळदीचं बिल मधून कापून घ्या असं म्हणत होत पण ५ लाख रुपये देऊन वार्षिक हळद पण तेवढी नसते त्यामुळे आम्ही काही नाही देऊ शकलो . मी घरचा बाजार पण तिथूनच घेतला महिन्याचा आणि गाडी भाड्याची करून गेलो घरी माल उतरला कस तर जेवलो . तोवर ८:३० वाजले आज गुरुवार असल्यामुळे रात्र पाळी मध्ये लाइट असते आज आणि उसाला आज रात्री पाणी पाजायला जायचं होत त्यासाठी लगेच आवरून शेताकडे आलो . मोटार चालू करून उसाकडे निघालोच होतो . तेवढ्यात किसान तात्या बांधावरती बसलेले दिसले . मी दिसताच तात्या बोलले काय पाणी चालू केलं आहेस काय ? होय म्हंटल आज आता रात्री पाजून घ्याच म्हणजे दिवस हळद लावता येत्या शेत भिजवून . हा होय म्हंटले कायतर करायलाच पाहिजे . मी बोलत बोलत दोन तीन साखळीला पाणी लावले .

आणि तात्या जवळ येऊन बसलो तात्या आता वयानं ५० शी च्या आस पास होते . ते एक उत्तम शेतकरी होते . ऊस ,हळद , द्राक्ष , अशी पिके ते घेत होते . ते वेळोवेळी मला मार्गदर्शन करत होतेच . तसे माझ्या पेक्ष्या वयाने खूप जास्त होते तरी प धाडस करून मी त्यांना विचारले . दादा पाटील कडून घेतले हळदीचं बी . पण तात्या तुम्हाला एवढ्या पैश्याची काय गरज एकदमच ? मधेच . त्या वर तात्या बोलू लागले अरे पोरा काय सांगू तुला .. परवाच्या १५ दिवसमागच्या वळवाच्या पाऊसाने द्राक्ष बाग पुरी गेली. आता काय करायच सावकाराच कर्ज घेतलं आहे.

तो तर हात धुऊन माग लागलाय. काय करायच समजत नाही , म्हणून दादा पाटील देतोय का बघूया म्हणून आलो होतो . तर त्यांनी पण हात वर केले . त्या अंधारात आमचे चेहरे दिसत नव्हते एकमेकांना पण त्यांचा आवाज गंभीर झालेला . घसाकोरडा पडल्या सारखे त्यांचे शब्ध फुटत होते . ते बोलत होते पोरीच्या लग्नाला सावकाराकडून कर्ज घेतलं होत मागच्या वर्षी .द्राक्ष बाग आली कि पैसा होईल फेडून टाकायच त्याच पैसे. असं ठवल होत होत पण नियतीनं कसा खेळ मांडलाय बग बागच गेली आता कुठून आणायचे पैसे समजत नाही . तेवढ्यात एकदम तात्यांचा आवाज कठोर झाला काय होईल ते बघू. पाणी बघून येतो म्हणून तात्या उठले . मी पण पाणी कुठं पर्यंत गेली बघायला उठलो . जी साखळी भरली होती तीच दार बंद केलं आणि दुसऱ्या साखळीला लावलं आणि बसलो अश्यात अर्धा तास गेला . आणि तात्या येऊन बसले . तात्या त्यांच्या आठवणी सांगत होते ,

हा वळिवाच्या पाऊसाची कायमच मला भीती वाटायची कारण एक तर आला नाही म्हणजे एक थेंब येत नव्हता आणि आला म्हणजे होत्याच नव्हतं करून सोडत आला आहे . या हि वर्षी असच झालं माझं सगळंच संपलं आहे आता . आता वळिवाची भीती नाही राहिली . वाजले होते १ माझ्या अंदाजा नुसार विहिरीतलं पाणी आता संपत आलं होत . कारण ५तास कशीतरी मोटार चालत होती उन्हाळ्यात एवढं कमी पाणी होत . तात्या ना धीर देत म्हंटल काहीतरी निघेल उपाय तुम्ही धीर नका सोडू त्या वरती तात्या म्हटले आता कसला धीर आणि कसलं काय सगळंच सोडलंय आता . चला म्हटलं जाऊया गावात . माझी मोटार बांध केली पाहिजे नाहीतरी मोकळीच फिरेल . नाही म्हटले अजून माझी मोटार एक तास भर चालेल . बर म्हंटल मी निघतो .

मला पण दिवसभर उन्हानं खूपच कंटाळा आलेला . उठलो आणि गावात घरात जाऊन जोपलो . जस पडलो. सकाळी आमच्या बायकोच्या मोठ्या मोठ्या आवाजने जग आली . अहो...... ऐकलं का . उठा आता . राञरी पाण्या वरती होता ना . मी झोपतच आता हिला आणि काय झालं सकाळी सकाळी दंगा करायला . झोपून हि देत नाही . झोपेतच होय म्हंटल मग काय झालं . आणि कांबरुन ओढून झोपायचा प्रयत्न करत होतो . तेवढ्यात ती म्हंटली . किसान तात्या चा संजू सकाळी धारा काढायला मळ्यात गेला बगतो तर काय . तात्या न अंबा च्या झाडाला फास लावला आहे . तस माझी झोपच उडाली , ताडकन उठून बसलो कशीतरी कपडे घातली आणि पळत शेतात गेलो . तोवर डॉक्टर आले होते बॉडी पूर्ण ताटलेली . त्यांचं मत होत रात्री ११ लाच फास लावला आहे . तस माझं डोकं

बधिर झालं . खरेच आता वळिवात जाण्या सारखं काहीच नव्हतं तात्या च कारण ते आधीच गेले होते हे मला सकाळी कळालं .

आभार

मी काही पक्का लेखक नाही , पण कथा वाचणे ,ऐकणे ,लिहणे हा माझा आवडता छंद आहे . त्यातूनच केलेला हा एक प्रयन्त . कथा आपल्याला कश्या वाटल्या नक्की कळवा . ७६२०९६३५२५